चतुरंग (बुद्धिबळातील) सापळे

नवशिक्या आणि कसबी खेळाडूंचा उत्तम मार्गदर्शक

ना. रा. वडनप
बी.एस्सी.(ऑनर्स)

मेहता पब्लिशिंग हाऊस

Please contact us at **Mehta Publishing House,** Pune 411030.
✆ +91 020-24476924 / 24460313 / Mob. No. 9545000513
Email : production@mehtapublishinghouse.com
Website : www.mehtapublishinghouse.com

- *या पुस्तकातील लेखकाची मते, घटना, वर्णने ही त्या लेखकाची असून त्याच्याशी प्रकाशक सहमत असतीलच असे नाही.*

CHATURANG (BUDDHIBALATIL) SAPALE by N. R. WADNAP

चतुरंग (बुद्धिबळातील) सापळे : ना. रा. वडनप / मार्गदर्शनपर

Email : author@mehtapublishinghouse.com

प्रकाशक : सुनील अनिल मेहता, मेहता पब्लिशिंग हाऊस,
१९४१, सदाशिव पेठ, माडीवाले कॉलनी, पुणे ४११०३०.

अक्षरजुळणी : इफेक्ट्स, २१/६ब, आयडिअल कॉलनी, कोथरूड, पुणे ३८.

मुद्रक : ट्रिनिटी अ‍ॅकॅडमी फॉर कॉर्पोरेट ट्रेनिंग लिमिटेड

मुखपृष्ठ : मेहता पब्लिशिंग हाऊस

प्रकाशनकाल : फेब्रुवारी, १९९० / द्वितीय सुधारित आवृत्ती : सप्टेंबर, २००४ /
ऑक्टोबर, २००७ / मार्च, २०१२ /
पुनर्मुद्रण : जानेवारी, २०१७

किंमत : ₹ १६०

P Book ISBN 9788177663150
E Book ISBN 9789386888167
E Books available on : amazonkindle Apple Books Google Play Books

---

नामासमान आहे, स्वीटी म्हणून नात
खट्याळ, गोड खोड्या, स्वारी करी मजेत!
स्वीटी तथा **शिवानी**, मायाळू आहे मानी
हा खेळ-ग्रंथ अर्पी, जाणीव ठेवूनी मी!!

खोडकर खेळाडू
खटपट्या नातू
चि. **निनाद** यास

ना. रा. वडनप

मनोगत

पुणे-मुंबई हमरस्त्याने जाताना खंडाळ्याला वळसा घालून थोडेसे पुढे गेल्यावर, एक छोटासा रस्ता, नदीला ओढा येऊन मिळावा, तसा येऊन मिळतो. मळवली जवळील डोंगरात जशी कार्ल्याची लेणी आहेत, तशीच खंडाळ्याजवळील डोंगराच्या कोंदणावर, चतुरंग राजवाड्याची एक भव्य वास्तू आहे. या राजवाड्यातच 'चतुरंग (बुद्धिबळातील) सापळे' हे दालन आहे. तो राजवाडा शोधण्यासाठी, या नागमोडी मार्गाने, वनराजीने बहरलेल्या डोंगरमाथ्यावर जाऊ या. ही वाट एका भव्य प्रवेशद्वारापाशी येऊन थांबते. हे प्रवेशद्वार ओलांडून आत गेल्यावर, चारी बाजूंना असणाऱ्या फुलझाडांनी, लता-पल्लवांनी वेढलेला बगीचा दिसतो. मधल्या पायवाटेने पुढे गेल्यावर, राजवाड्याच्या दर्शनी भागात, मधोमध, तिन्ही बाजूंनी भिंती असणाऱ्या एका बंदिस्त अशा विशाल खोलीवजा जागेत आपण येतो. या तिन्ही भिंतींवर भव्य तैलचित्रे रंगवलेली दिसतात; परंतु राजवाड्याच्या आतील दालनात जाण्यासाठी दरवाजा मात्र दिसत नाही.

प्रवेशद्वारासमोरील भिंतीवरील चित्रात एका बाजूच्या सज्जात गुलाब फुलाचा आस्वाद घेत घेत, नुकत्याच केलेल्या बुद्धिबळ-दलाच्या चालीवर विचार करण्यात दंग असणारा जहांगीर बादशहा दिसत आहे, तर विरुद्ध बाजूच्या सज्जामध्ये उभी असलेली बेगम नूरजहान बुद्धिबळ चाल-निदर्शक सूचना देत असताना दिसत आहे. त्यांच्या मध्ये असणाऱ्या भव्य बुद्धिबळ-पटावर मानवी बुद्धिबळ-दले हुकुमानुसार चाली करण्यात दंग असलेली दिसत आहेत.

या पटाच्या वरच्या बाजूला छोटा बगीचा असून त्यामधील कारंजे थुई थुई उडताना दिसत आहे.

उजवीकडील भिंतीवर 'अहिंसा परमो धर्मः' याची प्रात्यक्षिक दर्शक अशी दोन भव्य चित्रे रंगविलेली दिसतात. दोन्ही चित्रांमधोमध, डाव्या हातांचा पंजा वर करून आणि उजव्या हाताच्या तर्जनीने निर्धारपूर्वक दाखवीत असणारे एक धीरगंभीर तेजःपुंज मुनी दिसत आहेत. मुनिवर्यांच्या डाव्या हाताच्या बाजूला घनघोर लढाईचे मूर्तिमंत चित्र रेखाटलेले दिसत आहे.

रणभूमीवर जिकडे तिकडे मेलेल्या हत्तींची धडे काळ्या फत्तरांप्रमाणे पडलेली

दिसतात, तर जागा सापडेल तेथे गिधाडांनी उभारलेले हिडीस कत्तलखाने दिसताहेत, समरभूमीचे जिवंत दृश्य एखाद्या नरमेध यज्ञासारखे भासत आहे. हत्तींच्या सोंडांचे खांब उभारलेले दिसतात, बाणांचे दर्भ इतस्तत: पसरलेले दिसताहेत, वैराचा अग्नी धगधगत आहे, ध्वजांचे मांडव उभारलेले दिसताहेत. त्यात रथांच्या करकरणाऱ्या मंत्रघोषात माणसांचे बळी दिले जात आहेत, एकीकडे गिधाडे योद्ध्यांचे अलंकार आपल्या चोचींनी काढून त्यांच्या ओल्या मांसाचे लचके काढीत आहेत, तर दुसरीकडे, अविरत बाणांनी घायाळ झालेला एक प्रचंड हत्ती, चिलखत सुटून पडल्याने, हळूहळू खचत आहे, जावयाला नातलग लोक ज्याप्रमाणे हात देऊन खाली उतरवितात, त्याप्रमाणे भालूंचा – अस्वलांचा जथा एका मृत योद्ध्याला रथाच्या बैठकीवरून हळूच काढीत आहे, रक्ताचे पाट वाहत आहेत, घोडे खिंकाळत तांबारलेल्या नेत्रांनी रिकामेच रथ कोठेतरी ओढत आहेत, नुसती धडेच बेहोशीने नाचत आहेत आणि भूमीवर पडलेली मुंडकी तो नाच थिजलेल्या डोळ्यांनी पाहात आहेत, आणि काही मुंडकी शरमेने जणू डोळे मिटून कलंडली आहेत, रिते हत्ती, इकडे-तिकडे चित्कारत भटकत आहेत, गिधाडे लाल पोवळ्यांनी खोचलेल्या ताड पंख्यासारखी भासत आहेत, रक्तरंजित रणभूमी आक्रंदून जणू रडत आहे.

ह्याच्या अगदी उलट मुनिवर्यांच्या उजव्या हाताच्या बाजूचे चित्र तितकेच सौम्य आणि आल्हाददायक आहे. या चित्रामध्ये बुद्धिबळ-पटावर गजदल, अश्वदल, रथदल, प्यादेदल आणि राजा व वजीर असणारी पांढऱ्या आणि काळ्या रंगांतील चतुरंग दले हुबेहूब चितारलेली दिसताहेत व पटाच्या दोन्ही बाजूंना समोरासमोर दोन राजकुमार चतुरंग खेळामध्ये रंगून गेलेले दिसताहेत. रक्तरंजित रणकंदनाच्या भेसूरतेपेक्षा हा सौम्य नीरव शांततेत रंगणारा चतुरंग डाव मनाचा ठाव घेतो.

दोन्ही चित्रांमध्ये उभे असणारे मुनिवर्यही रक्तरंजित रणकंदनाच्या चित्राकडे पंजा दाखवून जणू नकार दर्शवीत आहेत, तर चतुरंग खेळाकडे बोट दाखवून जणू ते आवर्जून सांगत आहेत, की हे मानवा!,

युद्धाने जाळता येत नाही वैराग्नी
रक्ताचा सडा शिंपून विझत नाही सूडाग्नी
ही रक्तरंजित रणधुमाळी
फासत आहे माणुसकीला काजळी!!

तेव्हा, 'हे मानवा! पटावरील चतुरंगदले हालवून तुझे सारे युद्धकौशल्य दाखव' या स्वगत 'दाखव' शब्दाचा नाद जणू मन:पटलावर उमटतो न उमटतो तोच 'मुनिवर्य राजवाड्यात जाण्याचा मार्ग दाखवा!' हे शब्द आपोआपच निनादत

आपल्या मुखातून बाहेर पडतात. मग तिसऱ्या चित्राकडे दृष्टी वळते...

तिसरे चित्र आपल्याला त्रेतायुगातील रामायण-काळात घेऊन जाते. रक्तरंजित भीषण युद्धाचा विसर पडावा आणि रणाविना हेच युद्ध रक्ताचा थेंब गळू न देता, स्वत:च्या चातुर्यावर जिंकावे, म्हणून चतुरंग खेळाचा शोध लावणारी महान पतिव्रता मंदोदरी सिंहासनावर बसलेली दिसत असून तिने बुद्धिबळ पट असणाऱ्या चौरंगावर अलगद पाय ठेवल्यागत दिसत आहे. देहभान विसरून आपणही चित्र पाहण्यात दंग होऊन गेलोत खरे, परंतु... आपल्याला एका गोष्टीचा मात्र विसर पडता कामा नये, ती म्हणजे, राजवाड्यात (आतील दालनात) जाण्याचा मार्ग-दरवाजा शोधून काढणे ही होय.

गुप्त मार्गाचा-दरवाज्याचा शोध कसा लागेल बरे? विचाराला चालना मिळते; पूर्वी राजवाड्यात, किल्ल्यात जाण्यासाठी गुप्त मार्ग, चोर दरवाजे असत आणि ते उघडण्यासाठी गुप्त कळ कोठेतरी दडवून ठेवलेली असते; अशी एखादी कळ येथील एखाद्या चित्रामध्ये दडलेली असावी, ती हुडकण्यासाठी ही तिन्ही चित्रे पुन्हा एकदा बारकाईने तपासून पाहिली पाहिजेत.

सर्वसाधारणपणे, मुख्य प्रवेशद्वारासमोरच आतील दालनात जाण्याचा दरवाजा असतो. प्रवेशद्वारासमोरचा बुद्धिबळपट ठोकून पाहता, आत पोकळी, असल्याचा भास होतो, परंतु तो रेटून पाहता रेटला जात नाही, हलवता तर बिलकुल येत नाही. उजवीकडील दुसऱ्या चित्रात पटावरील प्यादी आणि मोहरी इतकी हुबेहूब आणि जिवंत वाटतात, जणू त्यांमधील एखाद्या प्याद्याला आत जाण्याचा मार्ग कोठे आहे, असा विचारण्याचा मोह व्हावा.

वाचकहो तुम्ही म्हणत असाल, की उत्सुकता वाढविण्याचा मोह आवरा आणि आता सांगून टाका ना...!

परंतु, चतुरंग खेळाचे रहस्य जाणून घेण्यासाठी, अतूट चिकाटी असावी लागते, कारण, बुद्धिबळ खेळ खेळताना नेहमीच नवनवीन समस्या उद्भवतात, तेव्हा त्यांवरील तोडगा आपल्या हिमतीने व हिकमतीने काढण्यास शिकले पाहिजे, तेव्हा आपण या तिसऱ्या चित्रामध्ये आपला हेतू साध्य करता येण्यासारखे काहीतरी वैशिष्ट्य सापडते का, हे जाणून घेऊ.

बारकाईने पाहिल्यास या तिसऱ्या चित्रामध्ये एक वेगळेपणा उठून दिसतो. या चित्रामध्ये एका वस्तूखेरीज बाकी सारे चित्र भिंतीसपाट दिसते आहे. महान पतिव्रता मंदोदरीच्या पायाखालील चौरंग मात्र भिंतीच्या पातळीपासून बराच वर आल्यासारखा दिसतो. या चौरंगामध्ये तर गुप्तदाराची-गुप्त मार्गाची कळ दडवलेली नाही ना? या रास्त शंकेचे निरसन करण्यासाठी तो चौरंग किल्लीसारखा फिरवून पाहण्याचा प्रयत्न करताना, तो किंचित आत गेल्यासारखा भासतो. तेव्हा, दोन्ही हातांनी चौरंग आत

ढकलून पाहता तो थोडासा आत जाऊन परत बाहेर आला, तेव्हा, अधिक नेट लावून खूप जोराने आत रेटताच... कर्र कर्र्रऽ आवाज झाला, आवाजाच्या रोखाने आपोआप दृष्टी लगेच वळली, तेव्हा प्रवेशद्वारासमोरील कारंज्याचा भाग आत गेलेला दिसला, परंतु चौरंगावरील पकड ढिली पडताच तो भाग पुन्हा जागच्या जागी जाऊन बसला. अत्यानंदाने, मग खूप जोर देऊन चौरंग आत ढकलताच, कारंज्याचा भाग आत आत जाऊ लागला आणि त्या कारंज्याच्या भागाला आतील पोकळी जणू मगरीसारखी कर्र कर्रऽ आवाज करीत गिळीत असल्यासारखी भासली आणि चौरंगाचे पाय आतील खोबणीत घट्ट बसतात आणि चतुरंग खेळाची निर्माती महाचतुर मंदोदरीच्या पदकमलांना आपल्या हाताच्या बोटांचा स्पर्श होतो; तेव्हा कारंज्याचा भाग अदृश्य होऊन आत जाण्यासाठी असणाऱ्या पायऱ्या दिसतात. आत अंधार होता, परंतु पहिल्या पायरीवर पाय ठेवताच, आतील भाग उजळून निघाला, पायऱ्या उतरून आत पुढे जाताच, आपल्याला भव्य चतुरंग राजवाड्याची वास्तू दिसते. राजवाड्यात आत गेल्यावर 'बुद्धिबळाचा ओनामा' ही पाटी असणारा मोठा दिवाणखाना दिसतो. त्याच्याच शेजारी आपल्याला हवा असणारा 'चतुरंग (बुद्धिबळातील) सापळे' ही पाटी असणारा दुसरा मोठा हॉल दिसतो. परंतु या चतुरंग (बुद्धिबळातील) सापळे या दिवाणखान्यात प्रवेश करण्यापूर्वी बुद्धिबळ-पटावरील लढाईची सांकेतिक भाषा म्हणजेच 'खेळी-लेखन आणि वाचन' याची माहिती अवगत करून घेऊ, यासाठी, आपण प्रथम 'बुद्धिबळाचा ओनामा' या दिवाणखान्यातील 'लढाईची सांकेतिक भाषा' या विभागाकडे प्रथम वळू.

लढाईची सांकेतिक भाषा :

या विभागात, एका मेजावर बुद्धिबळ-पट ठेवला आहे, त्यावर (पुढे आकृती क्र. एक मध्ये दाखविल्याप्रमाणे) योग्य रीतीने पांढरी आणि काळी बुद्धिबळदले मांडून ठेवली आहेत आणि ती आता लढाईसाठी सिद्ध झालेली आहेत.

ह्या लढाईचे वैशिष्ट्य म्हणजे लढाईच्या सुरुवातीला, विरोधी सेनापतींकडे बुद्धिबळपटू खेळाडूंकडे – समान सामर्थ्याचे गजदल-अश्वदल, रथदल, प्यादेदल अशी वजीर आणि राजा अशी चतुरंग दले बुद्धिबळ-पटावरील युद्धभूमीवर लढाईसाठी सज्ज होऊन उभी आहेत. यामध्ये आणखी एक वैशिष्ट्य दिसते, ते म्हणजे ही युद्धभूमी दोन्ही विरोधी खेळाडूंमधे सारखीच विभागलेली असते.

कसलेला सेनापती युद्धभूमीवरील प्रत्येक ठाण्याची म्हणजे पटावरील प्रत्येक घराची टेहाळणी करून, प्रथम योजना आखूनच स्वगृहात असणाऱ्या आपल्या चतुरंगदलाला सुस्थानात बाहेर काढून कार्यप्रवृत्त करतो, आणि या बुद्धिबळ दलांच्या हालचालींची क्षमता वाढवून त्यांच्यामधील सुसंवाद साधून सुरक्षित दळणवळण व पुरवठा अखंडितपणे ठेवण्याची पराकाष्ठा करतो. यासाठी

तो बुद्धिबळ-दलांच्या हालचालींची क्षमता त्वरित वाढवू शकणाऱ्या केंद्र-घरात मोर्चे बांधून, योग्य संधी साधून, सुसंघटित मारा करून शत्रूला नेस्तनाबूद करतो आणि अंती ही लढाई जिंकतो.

बुद्धिबळ-दलांची ही लढाई जिंकण्यासाठी या लढाईची सांकेतिक भाषा म्हणजेच 'खेळी-लेखन आणि वाचन' याची माहिती प्रथम करून घेणे अत्यावश्यक आहे. कारण, 'चतुरंग (बुद्धिबळातील) सापळे' यामधील लढाईखोर डावांचे खेळी-लेखन या सांकेतिक भाषेमध्ये केले आहे. यासाठी खेळी-लेखन आणि वाचन या पुढील प्रकरणाकडे आपण आता वळू.

◎

द्वितीय सुधारित आवृत्तीसाठी प्रस्तावना

'चतुरंग (बुद्धिबळातील) सापळे' भाग १ आणि भाग २ व ३ ची पहिली आवृत्ती संपल्याने या पुस्तकांची द्वितीय आवृत्ती काढण्याचा प्रसंग येणे, याचा अर्थ नवोदित व नियमित खेळाडूंना ही पुस्तके म्हणजे बुद्धिबळ खेळ शिकविणारे स्वयंशिक्षकच आहेत असे मनापासून त्यांना वाटते.

या द्वितीय आवृत्तीमध्ये भाग १ मधील सर्व २५ डावांचे खेळी-लेखन आणि वाचन बैजिक पद्धतीमध्ये करून ते अद्ययावत केलेले आहे.

ही सुधारित द्वितीय आवृत्ती सर्वांना आवडेल यात काही शंका नाही.

चतुरंग (बुद्धिबळातील) सापळे, यामध्ये बुद्धिबळ डावाच्या सुरुवातीच्या चालींत दडलेले 'सापळे' हुडकून काढण्याचे रहस्य विशद करणारा आणि पुढे तो डाव हिकमती हुकमी डावपेचांनी कसा जिंकता येतो, याचे डोळसपणे विवेचन करणारा एक उद्‌बोधक ग्रंथ आहे. यासाठी, जागतिक कीर्तीचे नामांकित बुद्धिबळ-पंडितांचे, मनाचा ठाव घेणारे, एकूण ८० छोटे डाव दिले आहेत.

या पुस्तकातील डावांचे खेळी-लेखन बैजिक पद्धतीमध्ये केलेले आहे. कारण, ज्या खेळाडूला बुद्धिबळ खेळावयाचे आहे, त्याने डावामधील खेळी-चाली लिहिणे आवश्यक आहे. सामन्यामध्ये भाग घेणाऱ्या एखाद्या स्पर्धकाने, खेळी-लेखन करण्याचे नाकारले अथवा असमर्थता दाखविली, तर जागतिक बुद्धिबळ महासंघाच्या – फीडेच्या नियम क्रमांक १३ नुसार, त्या खेळाडूला सामन्यात भाग घेण्यापासून स्पर्धा-डायरेक्टर रोखू शकतात. फीडेने बैजिक पद्धतीच्या (अलजिब्रिक मेथडच्या) खेळी-लेखनास मान्यता दिली आहे. हल्ली सर्व आधुनिक बुद्धिबळ खेळावरील पुस्तकांमध्ये, लेखांमध्ये मासिकांमध्ये बैजिक पद्धतच वापरतात. यासाठी आणि डावांमधील चाली, टीका-टिप्पणी, पर्यायी चाली समजण्यास सोपे जावे म्हणून सर्व डावांचे खेळी-लेखन बैजिक पद्धतीमध्ये केलेले आहे.

या पुस्तकामध्ये रेटी, स्पाईलमन, मॉर्फी, हार्वीझ, फाल्कबीर, गुन्सबर्ग, ड्युरॉस, केरेस, झुकेरटॉर्ट, अ‍ॅण्डरसन, मार्शल, टार्टकोव, स्टेन्नीझ, ए. लाष्कर, रुबेस्टाईन, तराश, नॅजडॉर्फ, टायमानोव, डॉ. लाष्कर, बोटविनीक अशा अतिरथी,

महारथींचे चुरशीचे छोटे उद्‌बोधक अभ्यसनीय डाव, त्यांतील पर्यायी चाली, मार्मिक टीका आणि आकृत्यांसह दिले आहेत. या डावांतील चाली जणू बोलक्या होऊन साधक-बाधक चर्चा करताना आढळतील. या डावांतील मर्म ओळखण्यासाठी, समर्पक चाचणी-प्रश्न विचारून वाचकांना खेळाचे तंत्र आणि मंत्र आत्मसात करण्याची दिशा दाखवली आहे. या प्रश्नांची मुद्देसूद उत्तरेही, सटीप दिलेली आहेत. अशा या बोलक्या चालींचे कूट आकृत्यांसह असणारे डाव, खेडोपाडी पसरविण्यास, ज्या नियतकालिकांनी हातभार लावला, त्यांमध्ये पुण्याच्या 'सकाळ'ने अग्रेसरत्व मिळविले आहे, आणि 'सकाळ'ने मन:पूर्वक आस्था दाखविल्याने, पूर्वीचे 'बुद्धिबळांचा आनंद' (आताचे चतुरंग) हे सदर २४ एप्रिल १९७७ पासून, दर 'रविवार सकाळ'मध्ये प्रसिद्ध होत आहे आणि बुद्धिबळप्रेमी वाचक ह्या खेळाचा आनंद डोळसपणे लुटत आहेत. तशात, बुद्धिबळ खेळाच्या जाणकार लोकांनी, त्याबद्दल अभिनंदनाची पत्रे पाठवून, हे सारे पुस्तकरूपाने प्रसिद्ध करण्याची गळ घातली. त्याचप्रमाणे बुद्धिबळ खेळ शिकण्याची इच्छा असणाऱ्या अनेक वाचकांनी मला भेटून सांगितले, की हा आनंद सर्वांना डोळसपणे लुटण्यासाठी, बुद्धिबळ खेळी-लेखन आणि वाचन, तसेच प्रत्येक डावातील चालींचे सांगोपांग विवेचन करणारे असे खास पुस्तक छापावे! ही बाब मॅजेस्टिक प्रकाशनाचे श्री. अशोकराव कोठावळे यांच्या निदर्शनास मी आणली, त्यांनीही 'चतुरंग (बुद्धिबळातील) सापळे' हे मार्गदर्शक पुस्तक छापण्याची तयारी दर्शवली.

बुद्धिबळाचे सदर नियमितपणे छापून, हा बौद्धिक खेळ खेडोपाडी पसरवण्याचे बहुमूल्य कार्य केल्याबद्दल 'सकाळ'चे माजी संपादक कै. श्री. ग. मुणगेकर, तसेच त्या वेळचे सहसंपादक श्री. वा. दा. रानडे, आताचे संपादक श्री. कुवळेकर व सहसंपादक श्री. सदा डुंबरे आणि 'सकाळ'चा कर्मचारी-वर्ग या सर्वांचा मी अत्यंत ऋणी आहे.

मेहता पब्लिशिंग हाऊसचे सुनील मेहता यांनी ज्या तत्परतेने व सहानुभूतीने हे क्लिष्ट काम हाती घेतले व नवीन सुधारित आवृत्ती काढण्यासाठी मला सर्वतोपरी प्रोत्साहन देऊन विधायक सहकार्य केले त्याबद्दल मी त्यांचा अत्यंत आभारी आहे. तसेच, या पुस्तकातील खास आकृत्यांसाठी आणि संगणकाद्वारे या पुस्तकाच्या अक्षरजुळणीची खास तजवीज केली, तसेच, मुद्रणाच्या दृष्टीने विषय किचकट असूनही प्रेसमधील सर्वांनी उत्तम सहकार्य दिले व आपुलकीने कामे केली, याबद्दल मी सर्वांचा ऋणी आहे.

पुस्तक छापण्याविषयी आग्रह करणाऱ्या बुद्धिबळ-प्रेमी वाचकांचे मी मन:पूर्वक आभार मानतो.

श्री गजाननाच्या कृपेने मी थोडेबहुत लेखन करू शकलो, या पुस्तकात काही दोष आढळल्यास विद्वानांनी लेखकाच्या निदर्शनास आणावेत, ही विनंती.

ना. रा. वडनप

खेळी लेखन आणि वाचन

बुद्धिबळाचा खेळ दोन प्रतिस्पर्धी खेळाडू बुद्धिबळाचा पट मध्ये ठेवून खेळतात. हा बुद्धिबळ पट आलटून पालटून पांढऱ्या आणि काळ्या रंगांच्या, सारख्या आकाराच्या एकूण ६४ चौरसांचा (अथवा घरांचा) मिळून झालेला असतो. हा पट मध्ये ठेवताना, पटाच्या कोपऱ्यातील पांढरे घर खेळाडूच्या उजव्या हाताला असावे लागते. पटावरील आठ घरे उभ्या पट्टीत (फाईलमध्ये) असतात, आणि पट्टीशी काटकोनात असणारी आठ घरे आडव्या रांगेत (रँकमधे) असतात. समानरंगी आणि एकमेकांना कोपऱ्यात स्पर्श करणाऱ्या घरांना कर्ण (डायगोनल) म्हणतात. मोहोरी आणि प्यादी मिळून बुद्धिबळ दले होतात.

डावाच्या सुरुवातीला एक खेळाडू १६ पांढरी बुद्धिबळ दले आणि दुसरा खेळाडू १६ काळी बुद्धिबळ दले आकृती क्र. १ मध्ये दाखविल्याप्रमाणे पटावर मांडतात. 'स्टाँटन चेसमेन' ही अधिकृत 'बुद्धिबळ दले' मानली जातात. दोन खेळडूंनी प्रत्येक वेळी एक, याप्रमाणे आलटून पालटून खेळी करावयाची असते, पांढरी बुद्धिबळ दले घेणारा खेळाडू डाव सुरू करतो.

पांढरी बुद्धिबळ दले घेऊन खेळणाऱ्या खेळाडूला पांढरी (अथवा 'पां.' किंवा व्हाईट) आणि काळी बुद्धिबळ दले घेऊन खेळणाऱ्या खेळाडूला काळी (अथवा 'का.' किंवा ब्लॅक) म्हणतात. आ. क्र. एक मध्ये बुद्धिबळ दलांची संक्षिप्त नावे दिली आहेत.

खेळी लेखनाच्या निरनिराळ्या पद्धती आहेत. त्यातील अद्ययावत प्रचलित बैजिक पद्धतीची माहिती पुढे दिली आहे.

काळी

वजीर	वजीर	वजीर	वजीर	राजा	राजा	राजा	राह
हत्ती	घोडा	उंट	व	रा	उंट	घोडा	राजाहत्ती
व।ह	व।घो	व।उं←	मोहोऱ्यांची नावे	→	रा।उं	रा।घो	रा।ह

८
७
६
५
४
३
२
१

ए बी सी डी ई एफ जी एच

वजीर	वजीर	वजीर	वजीर	राजा	राजा	राजा	राजा
हत्ती	घोडा	उंट	प्यादे	प्यादे	उंट	घोडा	हत्ती
प्यादे	प्यादे	प्यादे	वप्या	राप्या	प्यादे	प्यादे	प्यादे
वहप्या	वघोप्या	वउंप्या ←	प्याद्यांची नावे	→	राउंप्या	राघोप्या	राहप्या

पांढरी

आकृती क्र. एक

काळी

	a	b	c	d	e	f	g	h	
८	ए ८	बी ८	सी ८	डी ८	इ ८	एफ ८	जी ८	एच ८	8
७	ए ७	बी ७	सी ७	डी ७	इ ७	एफ ७	जी ७	एच ७	7
६	ए ६	बी ६	सी ६	डी ६	इ ६	एफ ६	जी ६	एच ६	6
५	ए ५	बी ५	सी ५	डी ५	इ ५	एफ ५	जी ५	एच ५	5
४	ए ४	बी ४	सी ४	डी ४	इ ४	एफ ४	जी ४	एच ४	4
३	ए ३	बी ३	सी ३	डी ३	इ ३	एफ ३	जी ३	एच ३	3
२	ए २	बी २	सी २	डी २	इ २	एफ २	जी २	एच २	2
१	ए १	बी १	सी १	डी १	इ १	एफ १	जी १	एच १	1
	ए	**बी**	**सी**	**डी**	**ई**	**एफ**	**जी**	**एच**	

पांढरी

बैजिक पद्धतीने पांढऱ्या आणि काळ्या बुद्धिबळ दलांच्या खेळी नोंदविताना वापरावयाची घरांची नावे आणि अनुक्रमांक

आकृती क्र. दोन

बैजिक पद्धत (बै. प.)

बैजिक पद्धतीत आकृती क्र. ३ मध्ये दाखविल्याप्रमाणे प्रत्येक घराला एकच नाव असते. **'ए' 'बी' 'सी' 'डी' 'ई' 'एफ' 'जी' 'एच'**, अशी (उभ्या) पट्टींची नावे आहेत. आडव्या रांगेतील घरांचे क्रमांक **१, २, ३, ४, ५, ६, ७, ८** असे पांढऱ्याच्या बाजूकडून काळ्याच्या बाजूकडे वाढत जातात.

एक अलिखित नियम (कन्व्हेन्शन)

पुस्तकात किंवा वर्तमानपत्रात बुद्धिबळ दलांची आकृती देतात, तेव्हा त्या आकृतीत

डावाच्या सुरुवातीला आकृती क्र. १ मध्ये दाखविल्याप्रमाणे वरच्या बाजूस काळी बुद्धिबळ दले असतात, तर खालच्या बाजूला पांढरी बुद्धिबळ दले असतात. पांढरी प्यादी खालून वर चालवतात, तर काळी प्यादी वरून खाली चालवतात. असा हा एक अलिखित नियम (कन्व्हेन्शन) आहे.

बुद्धिबळ खेळी लेखन

खेळी लेखन करताना जे बुद्धिबळ दल हलविले आहे त्याचे संक्षिप्त नाव आकृती क्र. १ मध्ये दाखविल्याप्रमाणे प्रथम लिहून त्याच्यापुढे छोटी आडवी रेघ देतात. ही रेघ देणे ऐच्छिक आहे. (हल्ली ही छोटी रेघ गाळतात.) पुढे ते बुद्धिबळ दल ज्या घरात हलविले आहे त्या घराचे नाव आकृती क्र. दोन (बैजिक पद्धतींसाठी) मध्ये दाखविल्याप्रमाणे लिहितात.

आ. १ मध्ये दाखविलेल्या स्थितीतून पुढीलप्रमाणे सुरुवातीच्या चाली केल्या आहेत –

(१) पांढऱ्याने त्याच्या राजापुढील प्यादे दोन घरे पुढे चालविले आहे, काळाही तशीच उत्तरदायी चाल करतो; (२) पांढरा त्याचा **'रा'** घोडा **रा उं** प्याद्यापुढील घरात चालवितो. काळाही त्याचा **'व'** घोडा तसाच पुढे आणतो... अशा तऱ्हेने पांढऱ्याने आणि काळ्याने प्रत्येकी ७, ७ खेळ्या केल्या; त्यानंतरची स्थिती आकृती क्र. तीन मध्ये दाखविली आहे, ती पाहा. आतापर्यंत खेळलेल्या डावातील खेळ्या बैजिक पद्धतीमध्ये पुढीलप्रमाणे लिहितात –

उपरिनिर्दिष्ट 'सात' चालींचे **बैजिक पद्धती (बै. प.)** मध्ये 'खेळी लेखन' पुढीलप्रमाणे होईल –

खेळी क्र. पांढरी	काळी
१) ई ४	ई ५
२) घो एफ ३	घो सी ६
३) उं सी ४	उं सी ५
४) डी ४	ई : डी ४ (म्हणजे काळ्या 'रा' प्याद्याने पांढरे 'व' प्यादे मारले. (':' ला मारल्याची खूण आहे.)
५) ०-०	घो एफ ६
६) ई ५	डी ५
७) ई : डी (वा. मा.)	उं : डी (म्हणजे 'डी ६' मध्ये आलेल्या पांढऱ्या प्याद्याला मारून उंट डी ६ मध्ये आला आहे.)

या चालीनंतर येणारी स्थिती आकृती क्र. तीन मध्ये दाखविली आहे. ती पाहा.

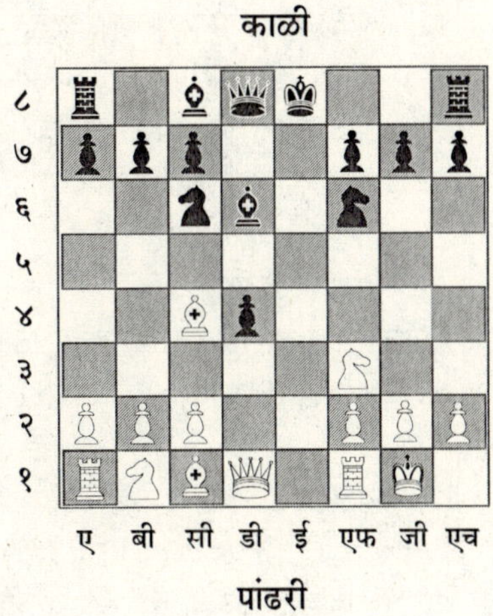

आकृती क्र. तीन

आकृती तीन मधील बुद्धिबळ दलांची स्थिती बैजिक पद्धतीमध्ये पुढीलप्रमाणे लिहितात –

पांढरी बुद्धिबळ दले – रा जी १, व डी १, ह ए १, ह एफ १, उं सी १, उं सी ४, घो बी १, घो एफ ३ आणि प्यादी – ए २, बी २, सी २, एफ २, जी २, एच २;

काळी बुद्धिबळ दले – रा ई ८, व डी ८, ह ए ८, ह एच ८, उं सी ८, उं डी ६, घो सी ६, घो एफ ६, आणि प्यादी – ए ७, बी ७, सी ७, डी ४, एफ ७, जी ७, एच ७.

बैजिक पद्धतीमध्ये प्याद्याची खेळी लिहिताना 'प्या' हे संक्षिप्त अक्षर; तसेच व घो, व उं, व ह आणि रा घो, रा उं, रा ह यांमधील 'व' आणि 'रा' ही आद्याक्षरेही गाळतात.

या पद्धतीमध्ये खेळी लिहिताना पुढे दाखविल्याप्रमाणे 'चिन्हे' वापरतात.

०-० राजाच्या बाजूचा किल्लेकोट.

०-०-० वजीराच्या बाजूचा किल्लेकोट.

– कडे हलविले.

':' किंवा '×' ला मारले.

वा. मा. वाटमारीने प्यादे मारले आहे.

दु. शह – दुहेरी शह आणि काटशह.

या पद्धतीत शहासाठी + हे चिन्ह. दुहेरी शहासाठी + + हे चिन्ह किंवा 'दु. शह' असे स्पष्ट लिहितात.

आणि मातसाठी ‡ किंवा # चिन्ह वापरतात. किंवा 'मात' असे स्पष्ट लिहितात.

! चांगली खेळी

!! अत्युत्तम खेळी

? वाईट खेळी

?? अतिवाईट खेळी (घोडचूक)

/ = व वजीर प्राप्तीची बढती

± पांढऱ्याचा डाव वरचढ आहे

∓ काळ्याचा डाव वरचढ आहे

+- पांढऱ्याला निर्णायक वर्चस्व

-+ काळ्याला निर्णायक वर्चस्व

!? लक्षवेधी चाल आहे

?! शंकास्पद चाल आहे

वरील सात चालींचे खेळीलेखन पुढीलप्रमाणेही करतात. उदा. १ ई ४, ई ५; १ घो एफ ३, घो सी ६; ३ उं सी ४, उं सी ५; ४ डी ४, ई : डी ४, ५ ०-०, घो एफ ६; ६ ई ५, डी ५; ७ ई : डी ६ (वा. मा.) उं : डी ६.

काळ्याच्या ४ थ्या खेळीवर टीप देताना प्रथम पांढऱ्याच्या खेळीसाठी ..., अशी तीन टिंबे नंतर स्वल्पविराम देऊन मग खेळी व टीप लिहितात. उदा. ४..., ई : डी ४ (म्हणजे काळ्या 'रा' प्याद्याने पांढरे 'व' प्यादे मारले– ':' ही मारल्याची खूण आहे.)

नेहमी स्पष्ट खेळी लेखन करावे. उदा. (आकृती तीन मध्ये) पांढऱ्याची ८ वी खेळी लिहिताना नुसते ८ घो डी २,...; असे लिहिले, तर एफ ३ चा घोडा की बी १ चा घोडा डी २ मध्ये हलवला याचा स्पष्ट बोध होत नाही. समजा येथे एफ ३ चा घोडा डी २ मधे हलवला असला, तर मग ८ घो (एफ) डी २,...; असे स्पष्टपणे लिहिले असता घोटाळा होत नाही.

आकृती चार पाहा.

काळी

पांढरी

आकृती क्र. चार

पुढे वर्णन केल्याप्रमाणे खेळी लेखन केले आहे. उदाहरणार्थ :

(क) काळ्या प्याद्याने **'सी २'** मधले पांढरे प्यादे मारले आणि (१) **'प्या × प्या'** असे खेळी लेखन केले.

(ख) पांढऱ्या घोड्याने **'एफ-३'** मधले काळे प्यादे मारले व (१) **घो × प्या** असे खेळी लेखन केले.

(ग) पांढऱ्याने **'डी १'** मधला हत्ती **'एच १'** मध्ये हलविला आणि (१) **ह-ह१** असे खेळी लेखन केले.

(घ) काळ्याने **'जी ६'** मधला घोडा **'एच ४'** मध्ये हलविला आणि (१) **'घो-ह ५'** असे खेळी लेखन केले.

प्रश्न १ : उपरिनिर्दिष्ट **'क' 'ख' 'ग' 'घ'** मध्ये केलेले खेळी लेखन बरोबर आहे की चूक आहे ते कारणासह सांगा.

प्रश्न २ : उपरिनिर्दिष्ट खेळी लेखन दुरुस्त करून बैजिक पद्धती (म्हणजे **बै. प.**) मध्ये अचूक खेळी लेखन करा.

खेळी लेखन आणि वाचन यावरील प्रश्नांची उत्तरे :

(सूचना : प्रश्नांमध्ये उल्लेख केलेली आकृती पुढे ठेवून उत्तरे वाचल्यास ती नीट समजू शकतील.)

आकृती क्र. चार पाहा.

उत्तर : (क. १) (१) घ्या × प्या, हे खेळी लेखन संदिग्ध आहे. कारण

(एक) काळ्याची खेळी आहे. तेव्हा खेळी लेखनाची सुरुवात (१)..., असे लिहून मग करतात.

(दोन) पांढऱ्या प्याद्यांपैकी नेमके कोणते प्यादे मारले आहे, त्याचा स्पष्ट उल्लेख केला नाही.

उत्तर : (क. २) बै. प. (१)..., 'बी ३ × सी २. (येथे 'प्या' हे संक्षिप्त नाव गाळतात. 'बै. प.' म्हणजे बैजिक पद्धत.)

उत्तर : (ख १), (१) घो × प्या, हे खेळी लेखन संदिग्ध आहे. (तसेच येथे नुसते (१) घो × (उं) प्या, एवढेही लिहून भागणार नाही.) कारण 'सी ६', 'एफ ७', 'एफ ३' या तिन्ही घरांपैकी नेमक्या कोणत्या घरातील प्यादे पांढऱ्या घोड्याने मारले आहे याचा स्पष्ट बोध होत नाही. तेव्हा पुढीलप्रमाणे स्पष्टपणे लिहावे –

(बै. प.) (१) घो × एफ ३,...

उत्तर : (ग १) (१) ह-ह १, हे खेळी लेखन संदिग्ध आहे, कारण 'डी १' मधला हत्ती की 'एच ५' मधला हत्ती 'एच १' मध्ये हलविला आहे, याचा स्पष्ट बोध होत नाही. तेव्हा पुढीलप्रमाणे स्पष्ट खेळी लेखन करतात –

बै. प. (१) ह (डी १)-एच १...

उत्तर : (घ. १) : (१) घो-ह ४ हे खेळी लेखन संदिग्ध आहे, कारण (एक) काळ्याच्या खेळी लेखनाची सुरुवात (१)..., असे लिहून मग करतात. (दोन) 'जी ६' मधला घोडा की 'जी २' मधला घोडा 'एच ४' मध्ये हलविला आहे, याचा स्पष्ट बोध होत नाही.

उत्तर : (घ २) बै. प. (१)..., घो (जी ६)-एच ४;

पटावरील सांकेतिक भाषा म्हणजेच "खेळी लेखन आणि वाचन" ही आपण अवगत करून घेतली आहे. आता आपण राजवाड्याच्या "चतुरंग (बुद्धिबळातील) सापळे" ह्या भव्य दालनात प्रवेश करण्याअगोदर पुढील **महत्त्वाच्या बाबी** लक्षात ठेवाव्यात :-

(१) एकूण ८० डाव दिलेले आहेत; त्यापैकी

(२) डाव क्र. १, ४, १०, २८ व ५२ हे खास निवडक डाव संपूर्णपणे दिलेले आहेत. त्यामध्ये –

(२अ) सुरुवातीच्या चाली देऊन त्या अखेरी येणाऱ्या स्थितीची आकृती दिलेली आहे. पुढे त्याखाली –

(२ख) प्रश्नमंजुषा दिली आहे, त्यापुढे –

(२ग) या प्रश्नांचे सविस्तर विश्लेषण करून, समर्पक उत्तरदायी मुख्य चाली त्यांच्या पर्यायी चालींसह दिल्या आहेत.

(३) उरलेल्या ७६ डावांमध्ये मात्र वर (२ख) उल्लेखलेली प्रश्नमंजुषा वगळली आहे. कारण, त्याच तशाच प्रश्नांची पुनरावृत्ती टाळली आहे. तेव्हा –

खेळाडूंनी डाव सुरुवातीला दिलेल्या चाली प्रत्यक्ष पटावरती चालवून (या सुरुवातीच्या चाली चालवताना पुढील पान क्र. ९, १०, ११ वर ...डावाच्या सुरुवातीच्या चाली योग्य रीतीने कशा कराव्यात याच्या मार्गदर्शनासाठी दिलेल्या सूचनाही जरूर पाहाव्यात...) या चाली अंती येणारी पटावरील स्थिती, पुस्तकातील डावात दिलेल्या आकृतीशी ताडून पाहावी. वर उल्लेखलेल्या (२ख) प्रश्नमंजुषेच्या अनुषंगाने त्याची उत्तरदायी मुख्य चाली व पर्यायी चालींसह लिहून काढून तुमची उत्तरे पुस्तकातील उत्तरांशी ताडून पाहाव्यात म्हणजे हे डाव-सापळे सोडविण्याचा आनंद डोळसपणे लुटता येईल.

◎

चतुरंग (बुद्धिबळातील) सापळे

सुरुवातीच्या चालीतील सापळे

बुद्धिबळ खेळाची प्राथमिक माहिती करून घेतल्यानंतर, नवोदित खेळाडूंना केव्हा एकदा डाव टाकावा असे होते. ते डाव सुरू करतात. सुरुवातीच्या काही चाली केल्यानंतर त्यांचा डाव अडतो, कारण पुढे नेमके काय खेळावे? प्रतिपक्षाचा कोणता डावपेच आहे? त्याला योग्य असे चोख उत्तर कसे द्यावे? प्रतिपक्षाने आमिष दाखविले आहे, ते स्वीकारावे का? स्वीकारल्यास आपण त्याच्या सापळ्यात सापडणार तर नाही ना? अशा प्रश्नांची मालिका सुरू होते. नेमके काय खेळावे हे वेळीच न समजल्याने त्याचा हिरमोड होतो आणि त्याची परिणती डाव हरण्यात होते. हे सारे टाळण्यासाठी सुरुवातीच्या चालींची योग्य माहिती करून घेणे आवश्यक ठरते.

तसे पाहिले तर पान क्र. २ वर दिलेली आकृती एक पाहा. सुरुवातीला दोन्ही बाजूंची बुद्धिबळ दले अगदी समान असतात, त्यांचे सामर्थ्यही समान असते. परंतु ही बुद्धिबळ दले निष्क्रिय असल्याने बलहीन असतात. त्यांना कार्यान्वित करण्यासाठी "वेळ फुकट न दवडता" आपल्या बुद्धिबळ दलांना, "स्वगृहांतून बाहेर काढून" त्यांना सुस्थानांत ठेवून "डाव वाढ साधणे" अशा गोष्टी मुख्यत्वे करून सुरुवातीच्या चालीतून साधावयाच्या असतात आणि हे सर्व करीत असताना "राजाच्या संरक्षणाच्या बाबीकडे" केव्हाही दुर्लक्ष करून चालणार नाही. यासाठी डावाच्या सुरुवातीच्या चाली योग्य रीतीने कशा कराव्यात, याच्या काही महत्त्वाच्या सूचना पुढे दिल्या आहेत. त्या सर्वसाधरण मार्गदर्शनासाठी आहेत.

१) डावाची सुरुवात राजापुढील प्यादे किंवा वजीरापुढील प्यादे चालवून करावी.

कारण या खेळीने वजीर आणि उंटाचे मार्ग मोकळे होतात. 'रा ४' किंवा 'व ४' या केंद्र घरांचा ताबा घेऊन प्यादे कर्णघरांवर मारक दृष्टी ठेवते आणि विरोधी प्याद्यांचा मार्ग रोखते.

२) लांब पल्ल्याच्या उंटाअगोदर उड्डाण चालीचे आणि आखूड टप्प्यांचे दोन्ही घोडे डाववाढ साधण्यासाठी रा-उं ३ आणि व उं ३ या घरांमध्ये हलवावेत म्हणजे ते या स्थानातून प्या व ४ आणि प्या-रा ४ या केंद्रातील प्याद्यांना जोर देतात आणि त्याच वेळी 'रा ५' आणि 'व ५' या केंद्र घरांवर मारक दृष्टी ठेवतात. डाववाढीच्या दृष्टीने लांब पल्ल्याच्या उंटाला सुरुवातीला कोणत्या योग्य स्थानात हलवावे हे ठरवता येत नाही. तेव्हा घोडे प्रथम बाहेर काढलेत की त्याच्या अनुषंगाने उंट कोठे हलवायचा हे ठरविणे सोपे जाते.

३) लवकरात लवकर किल्लेकोट करणे हे चांगले असते. त्यामुळे राजाला संरक्षण मिळू शकते. तसेच केंद्र घरांना जोर देण्यासाठी किल्लेकोटाच्या हत्तीचा उपयोग होऊ शकतो.

४) आत्मबंधनकारक चाली शक्यतो टाळाव्यात.

५) डावाच्या सुरुवातीला वजीरासारखे महान सामर्थ्यवान मोहोरे एकदम बाहेर काढू नये; असे करणे नुसतेच धोक्याचे नाही तर त्यामध्ये वेळ फुकट जातो. त्यामुळे डाववाढ करण्यामध्ये आपण मागे पडतो. कारण बाहेर काढलेल्या वजीरावर विरोधी लहान बुद्धिबळ दल हल्ला करून त्याच वेळी ते डाववाढ साधू शकते. वजीराला वाचविण्यासाठी हलविणे भाग पडते. या हलवाहलवीत खेळ्या आणि वेळ फुकट जातो आणि या फुकट जाणाऱ्या वेळेत आणखी एक विरोधी बुद्धिबळ यशस्वी रीतीने बाहेर येऊ शकते. म्हणजे याचा फायदा प्रतिस्पर्ध्याला मिळतो.

६) सुरुवातीच्या खेळ्यांमध्ये एकच मोहोरे दोन तीन वेळा हलवून वेळ फुकट दवडू नये.

७) योग्य रीतीने डाववाढ साधण्यासाठी जास्तीत जास्त मोहोरी यशस्वी रीतीने (सुस्थानात) बाहेर काढावीत.

सुरुवातीच्या चालीसंबंधी जितके सांगावे तितके कमीच पडते. (तेव्हा सखोल अभ्यासासाठी केवळ या विषयावर लिहिलेली पुस्तके वाचावीत.)

वास्तववादी दृष्टिकोनातून बुद्धिबळ खेळाकडे पाहिल्यास आपल्याला कळून येईल की, वस्तुतः बुद्धिबळाचा प्रत्येक डाव म्हणजे सुसंगत तर्कशास्त्राचा एकवटलेला भाव आहे, याला अनुसरूनच निरनिराळ्या डावांमध्ये दडलेले 'सापळे' हुडकून काढण्यासाठी ''सुरुवातीच्या चालींतील सापळे'' या सदरात देणार आहोत. यामध्ये प्रत्येक डावामध्ये दडलेले ''सापळे'' हुडकून काढण्याचे आवाहन केले आहे, त्याला अनुसरून काही प्रश्न विचारले आहेत. त्यांची उत्तरे देण्यासाठी तो डाव

प्रत्यक्ष पटावर खेळत, वर दिलेल्या 'सुरुवातीच्या चालींविषयीच्या महत्त्वाच्या सूचना पडताळून पाहाव्यात. (सर्वसाधारणपणे या सूचना डावलून केलेल्या चालींमुळे सापळ्यात अडकण्याची शक्यता असते) व उत्तरे हुडकून काढावीत. नेमक्या कोणत्या चुकी (च्या चालीं)मुळे आपण सापळ्यात सापडू शकतो याचे वास्तववादी ज्ञान होते. कमकुवत चालींची कल्पना येते. एवढेच नाही तर दिलेला डाव संपूर्ण खेळून आनंद डोळसपणे लुटता येतो. प्रत्येक डावातून आपण काय शिकू शकलो याची नोंद करून ठेवली की ती उपयुक्त ठरते. त्याचप्रमाणे प्रत्येक डावातील खेळ्या "बैजिक पद्धतीने" लिहून काढण्याचा सराव करावा, कारण मोठ्या सामन्यांतून भाग घ्यावयाचा झाल्यास, डावातील खेळ्या लिहाव्या लागतात तेव्हा या खेळी लेखनाचा सराव उपयुक्त ठरतो.

बुद्धिबळ दलांच्या चाली, पल्ला, गती निरनिराळ्या आहेत, त्यामुळे त्यांची तौलनिक मूल्येही निरनिराळी होतात.

उदा. प्यादे-१; उंट-३; घोडा-३; हत्ती-५; वजीर-९.

डावाच्या अंतिम पर्वात, डावाचे तौलनिकदृष्ट्या मूल्यमापन करून वस्तुनिष्ठ लाभ (मटेरियल गेन) अजमाविण्यासाठी "बुद्धिबळाच्या तौलनिक मूल्याचा उपयोग होतो."

सर्वसाधारणपणे तौलनिक वस्तुनिष्ठ लाभ मिळविता आल्यास डाव जिंकता येतो. परंतु कधी कधी तुलनात्मक दृष्ट्या वस्तुनिष्ठ लाभ नसूनसुद्धा म्हणजे बुद्धिबळ दले कमी असूनही – म्हणजे वस्तुनिष्ठ कनिष्ठता (मटेरियल लॉस) असतानाही केवळ स्थितिवाचक लाभ (पोझिशनल गेन) किंवा स्थितिवाचक श्रेष्ठता (पोझिशनल सुपिरिऑरिटी) यामुळेही डाव हमखास जिंकता येतात.

शेवटी थोडक्यात सांगतो की,

"सापळे सोडविण्याचा छंद
देई बुद्धिबळाचा आनंद!"

◎

डाव (सापळा) क्र. १

डॅनीशचे आमिष

कॅशचॉव (१८९३)

पांढरी	काळी
चारोसेक	*वॉलनेर*
१) ई ४	ई ५;
२) डी ४	ई × डी ४;
३) सी ३,	डी × सी ३;
४) उं सी ४,	घो एफ६;
५) घो एफ ३,	उं सी ५;
६) घो × सी ३,	डी ६;
७) ०-०	०-०;
८) घो जी ५,	एच ६;
९) घो × एफ ७!	ह × एफ ७;
१०) ई ५,	घो जी ४;
११) ई ६,	...

आकृती क्र. १ पाहा.

प्रश्न १ : सापळा कोणी टाकला आहे आणि कशासाठी टाकला आहे?

प्रश्न २ : कोणत्या चुकी (च्या चालीं) मुळे कोण कसा अडकतो? ते चालींसह सांगा, त्याला पर्यायी चाली सुचवा.

प्रश्न ३ : **(अ)** बचावखोर बुद्धिबळ दले कसा प्रखर विरोध करू शकतील? आणि चढाईखोर बुद्धिबळ दले कमीत कमी खेळ्यांत डाव कसा जिंकू शकतील ते (पर्यायी) चालींसह सांगा.

(ब) डावाच्या शेवटील खेळ्यांत "वस्तुनिष्ठ लाभ" आणि "स्थितिवाचक लाभ" कसा प्रगट होऊ शकतो ते दाखवा!

डाव (सापळा) क्र. १ ची उत्तरे

उत्तर क्र. १ : पांढऱ्याने सापळा टाकला आहे. येथे चढाईखोर पां. रा. प्याद्याने प्रथम घोड्यावर वार करून याला पिटाळले आणि नंतर आवेशाने एक पाऊल पुढे टाकून हत्तीवर हल्ला चढविला. तेव्हा हत्ती प्राण वाचविण्यासाठी सैरावैरा पळू लागला. हा हत्ती वाचविण्यासाठी पुढीलप्रमाणे पर्यायी चाली होतील. उदा. जर

(११)..., ह × एफ २?! उंट आणि घोड्याच्या जोरात पां. राज्याच्या किल्लेकोटाच्या तटाचे प्यादे गारद केले तरीही पांढरे रा. प्यादे, धनाजी जाधवाच्या निर्धाराने पुढे पाऊल टाकून काळ्या वजीरावर हल्ला चढविते व त्याच वेळी उंटाच्या काटशहाचा मारा काळ्या राजावर जारी होतो. (१२) ई ७ काटशह, ह-एफ ७ काटशह, (१३) रा एच ८,... काळा, हत्तीला माघारी घेऊन प्राप्त काटशहाचे निवारण करता करता पां. राजावर काळ्या उंटाचा प्रती काटशह देण्याची किमया करतो. तरीही पां. समयोचित बचाव करून शेवटी डाव सहज जिंकू शकतो.

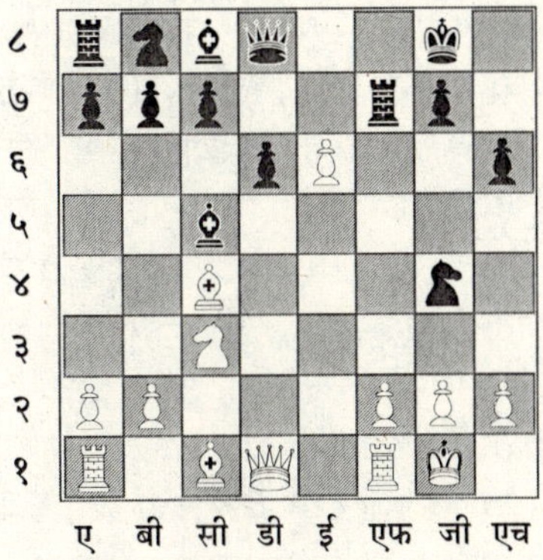

आकृती क्र. १

आता जर (११)..., ह-इ ७ ही बचावात्मक खेळी करून काळ्याने मुजोर रा. प्याद्याच्या आगे बढतीवर पायबंद घातला तरी, पांढरा (१२) व × जी ४, ही खेळी करून शेवटी डाव जिंकू शकतो. शेवटी जर (११),... उं × ई ६, मुजोर रा. प्याद्याला मारले तरीही पांढरा (१२) उं × ई ६ ही खेळी करून पांढरा, उंटाने हत्तीला इरेस पकडतो आणि शेवटी तो डाव जिंकू शकतो.

उत्तर क्र. २ : काळ्याने (८)..., एच ६? ही खेळी अकाली आणि अनावश्यक केली, त्या ऐवजी त्याला (८)..., घो सी ६, ही डाववाढ करणारी चाल करून, रा. पट्टीत दमदाटी देत पुढे घुसणाऱ्या धोकेबाज पांढऱ्या ई-प्याद्याची आगेकूच वेळीच रोखता आली असती आणि घोड्याला मध्यवर्ती सुस्थानात ठेवून समयोचित डाववाढ करता आली असती.

उत्तर क्र. ३ : (अ) उत्तर क्र. १ मधील काळ्याच्या पर्यायी चाली विचारात घेऊन काळा पुढीलप्रमाणे धाडसी प्रखर विरोधक चाली करतो तेव्हा तो तीव्र विरोध मोडून काढून पांढरा शेवटी डाव जिंकतो.

(११) ...,व-एच ४!? काळ्याने व × एच २ मात ही खेळी करून मात करण्याचा मनसुबा रचला आहे.

(१२) प्या × एफ ७ शह, रा-एफ ८ काळ्याचे वरील इंगित ओळखूनही पां. रा. प्याद्याने हत्तीला ठेचून काळ्या राजावर शह मारा चढविला, तेव्हा प्याद्याची आगे बढती थांबविण्यासाठी राजा त्याच्या समोरील घरात जाऊन बसला.

(१३) उं-एफ ४!, घो × एफ २; पां. ने उंट वेळेवर बाहेर काढून संभाव्य मात टाळली, तेव्हा तिहेरी जोरात, काळ्याने एफ २चे-प्यादे मारले.

(१४) व-ई २, घो-जी ४ काटशह, रा.पट्टीत वजीर आणून व-ई ८ शहमात करण्याची धमकी पां. देतो तेव्हा काळा, घोडा माघारी ओढून उंटाचा काटशह देतो, परंतु एफ पट्टी मोकळी झाल्याने पां. हत्तीचा मारा एफ पट्टीवर जारी होतो.

(१५) रा-एच १, उं-डी ७ पां. राजाला शहाबाहेर काढतो, तेव्हा संभाव्य मात टाळण्यासाठी काळा, उंट बाहेर काढतो.

(१६) ह (ए) ई १!, घो-सी ६ पांढरा, मोकळ्या रा. पट्टीवर हत्ती आणून दडपण वाढवतो तेव्हा काळा घोडा उशिरा का होईना स्वगृहाबाहेर काढून पिछाडीचा हत्ती मोकळा करतो.

(१७) व-ई ८ शह! ह × ई ८ पांढरा, वजीराचे बलिदान करतो.

(१८) एफ × ई ८ = व शह, उं × ई ८ जिवंत झालेल्या वजीराला काळा, उंटाने मारतो.

१८ व्या खेळीनंतरची स्थिती आ. १ क्ष मध्ये दाखविली आहे. ती पाहा. आता आपण दोन्ही बाजूंकडील बुद्धिबळांचे मूल्यमापन आणि त्यांच्या स्थितीचे परीक्षण करू.

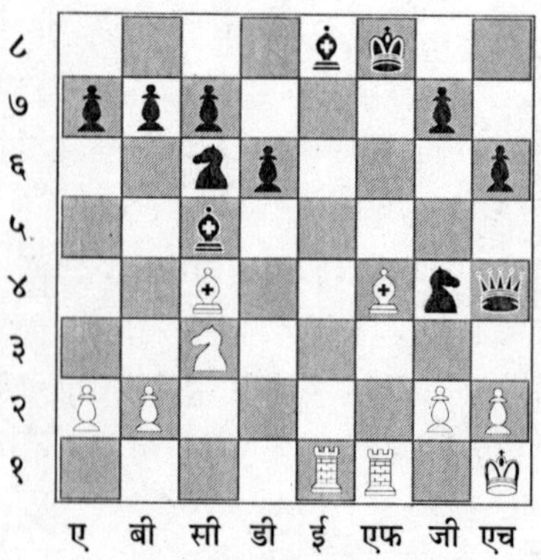

आकृती क्र. १ क्ष

काळ्याकडे वजीर (९ मूल्ये) + दोन घोडे (६) + दोन उंट (६) + ६ प्यादी (६) असे एकूण २७ गुण आहेत व पांढऱ्याकडे दोन हत्ती (१०) + दोन उंट (६) + १ घोडा (३) + ४ प्यादी (४) असे एकूण २३ गुण आहेत. तुलनात्मक दृष्ट्या काळ्याकडे ४ जादा गुणांमुळे होणारा गुणाधिक्याचा वस्तुनिष्ठ लाभ आणि त्याच्याकडे पांढऱ्यापेक्षा एक बुद्धिबळ जादा असल्याने, त्याच्याकडे संख्याधिक्याचाही वस्तुनिष्ठ लाभ (मटेरिअल गेन) आहे. आता स्थितिवाचक लाभाच्या दृष्टीने पाहू. सद्यस्थितीत पांढऱ्याची बुद्धिबळ दले सुसंघटित होऊन निर्णायक हल्ला चढविण्यासाठी सिद्ध झालेली आहेत. उदा. दोन्ही हत्ती मोकळ्या पट्टींवर असल्याने त्यांचा मारा शत्रूच्या आंतर गोटात दूरवर जाऊन भिडत

असल्याने तो जास्त मारक झाला आहे. रा. उंटाने अगदी सुरुवातीपासूनच मोक्याचे स्थान बळकावून ए २-जी ८ या कर्णावरील त्याचा मारा शत्रूच्या थेट आंतर गोटात जारी आहे. व-उंट, एफ ४ या घरामध्ये अगदी वेळेवर येऊन एच २ प्याद्याला समयोचित पूर्ण संरक्षण देतो. त्यामुळे काळ्याला व × एच २ मात ही खेळी करता येत नाही. याच्या उलट काळ्याची बुद्धिबळ दले वेळेवर स्वगृहाबाहेर पडू न शकल्याने, काळ्याला, योग्य डाववाढ करणे साधले नाही. एकूण काळ्याकडे संख्याधिक्याचा तसेच गुणाधिक्याचा वस्तुनिष्ठ लाभ असूनही, बचावाच्या आणि चढाईच्या दृष्टीने त्याचे बुद्धिबळ दल निरुपयोगी आहे. त्याच्या उलट वस्तुनिष्ठ कनिष्ठता असूनही पांढऱ्याने निर्णायक आणि मारक स्थितिवाचक लाभ (पोझिशनल गेन) मिळविला आहे आणि डावावर वर्चस्व मिळविले आहे. पांढरा केवळ एकच अंतिम खेळी करून काळ्यावर निर्णायक रीतीने मात करतो ती खेळी ओळखा. (प्रयत्न करून पाहा. नाहीतर उत्तरदायी खेळी शेवटी दिली आहे ती पाहा.) या डावातून प्रकर्षाने दिसून आले ते थोडक्यात सांगतो.

आधी प्याद्यांचे आमिष खाऊन झाला काळा खुश?– परंतु पांढऱ्या ई प्याद्याने चढाई करून त्यांची अंती केली दाणादाण.

पां. ची खेळी क्र. १८ पाहा. उदा. (१८) एफ × ई ८ ह = व शह. अशा रीतीने प्यादे (उभ्या) पट्टीतील आठव्या घरात पोहोचले की लगेच त्या प्याद्याचे रूपांतर नव-वजीरात किंवा हत्तीत किंवा उंटात किंवा घोड्यामध्ये करता येते. अशा रीतीने प्याद्याचे आठवे घर हे त्याच्या उच्चपद प्राप्तीचे (बढतीचे) स्थान ठरते.

आकृती क्र. १ क्ष वरील समस्येचे उत्तर! पांढरा पुढील हुकमी निर्णायक खेळी करून सहज मात करतो.

(१९) उं × डी ६ दु. शह मात होते.

◎

डाव (सापळा) क्र. २

राजा घोड्याचे आमीष

पिसेक (१९१२)

पांढरी	**काळी**
ड्युरास	*नवोदित खेळाडू*
१) ई ४,	ई ५;

२) एफ ४,	ई × एफ ४;
३) घो एफ ३	डी ५;
४) ई × डी ५,	व × डी ५;
५) घो सी ३,	व एच ५;
६) डी ४,	उं जी ४;
७) उं × एफ ४,	उं × एफ ३;
८) व × एफ ३,	व × एफ ३;
९) जी × एफ ३,	घो सी ६;
१०) उं × सी ७,	घो × डी ४;
११) ०-०-०,	....;

पांढऱ्याच्या ११ व्या खेळीनंतरची स्थिती आकृती २ मध्ये दाखविली आहे, ती पाहा.

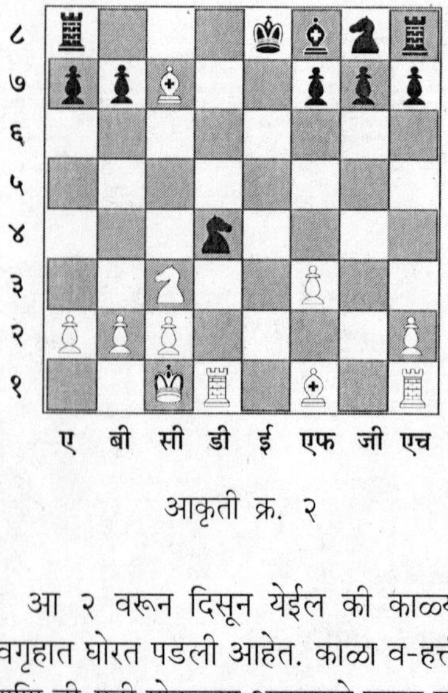

आकृती क्र. २

पांढऱ्याने सापळा टाकला आहे आणि हल्ल्यात सापडलेल्या काळ्या घोड्याला सुरक्षित अशी चाल सापडत नाही. उदा. त्याने जर (११)..., घो × एफ ३? (१२) उं जी २; घो जी ५; (१३) उं × बी ७, आणि पांढरा, काळा व-हत्ती बिनधोक मारू शकतो आणि अंती डाव जिंकतो किंवा जर, (११)..., घो सी ६; (१२) उं-बी ५, किंवा (१२) उं-एच ३, यानंतर पांढरा ह (एच) ई १ + शह अशा खेळ्या करून, तो काळ्यावर प्रचंड दडपण आणून शेवटी डाव जिंकतो.

आ २ वरून दिसून येईल की काळ्याची राजाच्या बाजूकडील सर्व मोहोरी स्वगृहात घोरत पडली आहेत. काळा व-हत्ती स्वगृहातून बाहेर पडला नाही. ई-पट्टी आणि डी-पट्टी मोकळ्या असल्याने काळा राजा उघड्यावर आहे व तो भेदनीय झाला आहे. स्वगृहातील काळी मोहोरी निष्क्रिय असल्याने ती त्यांच्या राजाच्या बचावाच्या दृष्टीने निरुपयोगी आहेत. काळा घोडा केंद्र घरात आहे खरा, परंतु तो बिनजोर आहे आणि हत्तीच्या हल्ल्यात सापडल्याने, जीव वाचविण्यासाठी सुयोग पलायन घरात पळण्याच्या तयारीत आहे, याच्या उलट, पांढऱ्याने वजीराच्या बाजूचा किल्लेकोट

करून राजाला सुरक्षित ठिकाणी ठेवले आहे. त्याच वेळी किल्लेकोटाचा हत्ती, मोकळ्या डी-पट्टीवर आणण्याची किमया साधून त्या हत्तीचा मारा शत्रूच्या थेट आंतर गोटात पोहोचविला आहे. व-उंटाने तर सातव्या रांगेत जाऊन 'डी ८' या घरावर हत्तीसह दुहेरी मारा चढविला आहे. पांढरा रा-उंट आणि हत्ती जरी स्वगृहात असले तरी ते एका खेळीत माऱ्याच्या जागा पटकावून शत्रूच्या आंतर गोटावर भेदक मारा करू शकतात. एकूण पांढऱ्या बुद्धिबळांनी निर्णायक स्थितिवाचक श्रेष्ठता मिळविली आहे.

(११)... घो-ई ६? काळा घोडा एकुलत्या एका सुरक्षित घरात गेला आहे.

(१२) उं बी ५ +, रा ई ७; १३ घो डी ५ शह, मात होते.

थोडक्यात सांगावयाचे झाल्यास,

'साधा डाव पटावर आणायला गेला, व काळा स्वत:च संकटात सापडला.'

◎

डाव (सापळा) क्र. ३

व्हिएन्नाचा डाव

लॉस एंजल्स (१९४०)

पांढरी	काळी
हॉरविझ	*नवोदित खेळाडू*
१) ई ४,	ई ५;
२) घो सी ३,	घो सी ६;
३) उं सी ४,	उं सी ५;
४) व जी ४,?!	व एफ ६;
५) घो डी ५,	व × एफ २+;
६) रा डी १,	रा एफ ८;
७) घो एच ३,	व डी ४;
८) डी ३,	उं बी ६;
९) ह एफ १,	घो एफ ६;
१०) ह × एफ ६,	डी ६;

(१०) ..., डी ६ या खेळीनंतरची स्थिती आ. ३ मध्ये दाखविली आहे. ती पाहा.

या डावाचे एक वैशिष्ट्य म्हणजे सुरुवातीच्या ३ चाली दोघांनीही अगदी सारख्या

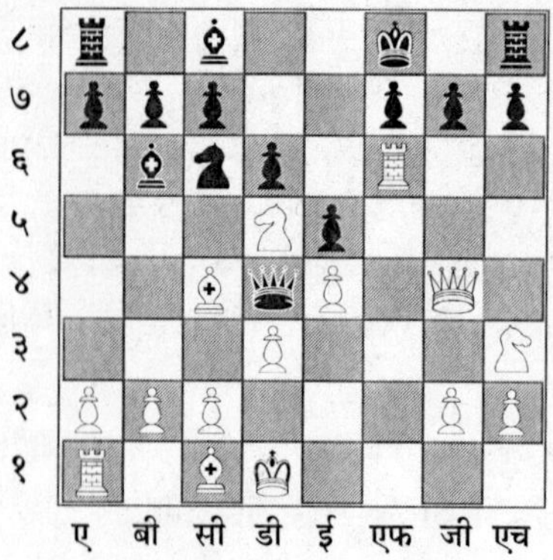

आकृती क्र. ३

केल्या आहेत, तसेच 'डावाच्या सुरुवातीला वजीर बाहेर काढू नये' हे सूत्र झुगारून देऊन दोघांनीही आपापले वजीर बाहेर काढले आहेत. परंतु ही बाब एकाला लाभदायक ठरते तर दुसऱ्याला त्रासदायक आणि बंधनकारक ठरते.

पांढऱ्याने योग्य समय पाहून घोड्याची (७) घो एच३, ची मारक चाल (येथे घोडा कडेपट्टीतील घरात नेण्याचा उद्देश इतकाच की तो तेथून वजीरावर हल्ला चढवितो आणि पांढऱ्याला एफ पट्टी मोकळी हवी आहे तेव्हा ''जी ३'' या मध्यवर्ती घरात घोडा नेण्यापेक्षा तो एच ३ या घरात नेण्याने तो उत्कृष्ट कामगिरी करतो.) करून काळ्या वजीराला पळवितो. काळा वजीर, केंद्र घरात जरी जाऊन बसला तरीही त्याच्या हालचालीवर बंधने असल्याने तो सद्य:स्थितीत निष्प्रभ ठरतो. **अशा रीतीने काळा वजीर स्वतः होऊन सापळ्यात अडकतो,** (८) डी ३, उं बी ६, पां. ने 'सी ३', ही खेळी केल्यास काळ्या वजीराला सुरक्षित असे पलायन घर उरत नाही. तेव्हा काळ्याने उंट मागे घेऊन वजीरासाठी एक पलायन घर निर्माण केले आहे. (९) ह एफ १..., पां. (१०) घो × बी ६, व × बी ६ किंवा सी × बी ६, (११) ह × एफ ७ + शह, अशी दहशत देऊन डावावर वर्चस्व मिळवून शेवटी डाव सहज जिंकू शकतो.

(९) ..., घो एफ ६; (१०) ह × एफ ६! आता जर (१०)..., जी × एफ ६; (११) उं एच ६ +, रा ई ८, (१२) व जी ७, मग पांढरा डाव सहज जिंकू शकतो.

(१०) ..., डी ६, उशिरा का होईना काळ्यानेही उंटाचा छुपा मारा उघडा करणारी आक्रमक खेळी केली.

आ. ३ वरून दिसून येईल की काळ्याने १ प्यादे मारून वस्तुनिष्ठ लाभ (Material gain) मिळविला आहे, त्याचा व उं.-पां. वजीरावर मारा करीत आहे, तर जी ७ चे प्यादे हत्तीला मारावयास टपले आहे, परंतु त्याचा वजीर केंद्र घरात असूनही नजरबंदिस्त असल्याने निष्प्रभ झाला आहे. याच्या उलट पां. ची मोहोरी सुसंघटित होऊन निर्णायक हल्ला चढविण्यासाठी सिद्ध झाली आहेत, त्याच्या मातबर मोहोऱ्यांचा मारा शत्रूच्या आंतरगोटात पोहोचतो, पांढऱ्याने चढाई केल्यास काळी मोहोरी योग्य तो बचाव करण्यास असमर्थ आहेत. तसेच, ए ७-जी ७ या

कर्णावरील काळ्या उंटाचा आणि वजीराचा मारा बोथट, लंगडा आहे. कारण पांढरा-सी १चा उंट, एच ३ चा घोडा आणि हत्ती त्यांचे आक्रमण सहज परतवून लावू शकतात.

यावरून दिसून येईल की पांढऱ्याने निर्णायक स्थितिवाचक श्रेष्ठता मिळविली आहे.

काळा मनात मांडे खात आहे की, 'आता पांढऱ्याच्या दोन मातबर मोहोऱ्यांवर (उदा. उंटाने वजीरावर आणि प्याद्याने हत्तीवर) हल्ला चढविला आहे. पांढऱ्याने काळ्याचे इंगित वेळीच ओळखून पुढील आक्रमक खेळ्या केल्यात. उदा. **(११) व × जी ७ +!!, रा × जी ७,**

केवळ किल्लेकोटाचे प्यादे गारद करण्यासाठी का पांढऱ्याने वजीराचे बलिदान केले आहे? कोंडाणा जिंकण्यासाठी नरसिंह तानाजीने केलेले बलिदानच जणू!

(१२) उं एच ६ +, रा जी ८

(१३) ह जी ६, शह... (याहून सरस म्हणजे १३ घो-ई ७ शह, घो × ई ७ (१४) उं × एफ ७ शह मात होते.)

(१३)..., एच × जी ६, (वजीरापाठोपाठ हत्तीनेही बलिदान केले आहे.)

(१४) घो-एफ ६ शह मात होते. काळा रा-हत्ती शेजारी उभा राहून काळा वजीर केंद्रात बसून त्याच्या राजाचे पतन उघड्या डोळ्यांनी पाहतो.

या डावावरून एक गोष्ट प्रकर्षाने दिसून येते की पांढऱ्याची मोहोरी डाववाढीसाठी बाहेर सुस्थानात येऊन मोर्चा बांधून बसली होती आणि योग्य समय येताच ती सुसंघटित रीतीने निर्णायक चढाईखोर हल्ल्यावर हल्ला सहज चढविण्यासाठी सिद्ध झाली होती. याच्या उलट, काळ्याची बुद्धिबळे योग्य डाववाढ करू शकली नाहीत, ती धड चढाई करू शकत नव्हती आणि धड राजाचा बचावही करू शकत नव्हती.

डाव (सापळा) क्र. ४

केंद्र डाव

(हेस्टिंग्ज १८९४)

पांढरी	**काळी**
ॲलीस	*ब्लॅकबर्न*
१) ई ४,	**ई ५,**
२) डी ४,	**ई × डी ४;**

३) व × डी ४,	घो सी ६;
४) व ई ३,	जी ६;
५) उं डी २,	उं जी ७;
६) घो सी ३,	घो (जी) ई ७;
७) ०-०-०,	०-०;
८) एफ ४,	डी ५!;
९) ई × डी ५,	घो बी ४!;
१०) उं सी ४,	उं एफ ५;
११) उं बी ३,	घो (ई) × डी ५;
१२) घो × डी ५,	घो × डी ५;
१३) व एफ ३,	व एफ ६;
१४) सी ३,	घो बी ४;
१५) उं सी ४,	...;

(१५) उं सी ४ : ह्या खेळीनंतरची स्थिती आकृती ४ मध्ये दाखविली आहे, ती पाहा.

प्रश्न १ : सुरुवातीच्या चालीत कोणाच्या ढोबळ चुका आढळून येतात? त्याचा फायदा विरोधी बुद्धिबळ दले कसा घेतात ते पर्यायी चालीसह सांगा.

प्रश्न २ : आकृती ४ पाहा.

दोघांचेही वजीर आहेत, उंटाच्या पट्टीत. एक वजीर स्वतः होऊन अडकतो सापळ्यात!! जो त्या वजीराला मारतो वा सोडतो तो मात्र अंती डाव गमावतो!

तेव्हा उपरिनिर्दिष्ट चालींपुढे फक्त तीन चाली करून कोण कशी मात करतो, ते पर्यायी चालीसह सांगा.

सापळा क्र. ४ ची उत्तरे

(सूचना हा डाव आणि आ. ४ पुढे ठेवून उत्तरे वाचावीत.)

उत्तर क्र. १ : पांढऱ्याची दुसरी खेळी स्वागतार्ह नाही. कारण प्यादे मारण्यासाठी पांढरा वजीर केंद्रात पुढे येतो तेव्हा त्याच्यावर काळा घोडा हल्ला करून त्याला पिटाळतो. सुरुवातीला तेच ते बुद्धिबळ दल परत परत हलविण्यात पांढऱ्याचा वेळ वाया जातो, आणि त्याच वेळेत काळा आणखी एक अश्वदल हलवून योग्य डाववाढ करतो.

पांढऱ्याने (५) उं-डी २, त्यानंतर (६) उं-सी ३ ही समयोचित खेळी करून काळ्या उंटाचा मध्यवर्ती कर्णावरून होणारा मारा निष्फळ करावयास हवा होता. पांढऱ्याने ती संधी गमावली आहे.

पांढऱ्याची (८) एफ ४? ही खेळी (८) घो-डी ५, या खेळीहून निकृष्ट आहे, कारण नंतर उं-सी ३ ही खेळी करून त्याला समतोल साधता आला असता. काळ्याने (८)..., डी ५ ही खेळी केली. पुढे त्याला..., डी ४; ही दहशती खेळी करता येते. यामुळे पां. चा पुढावा जातो.

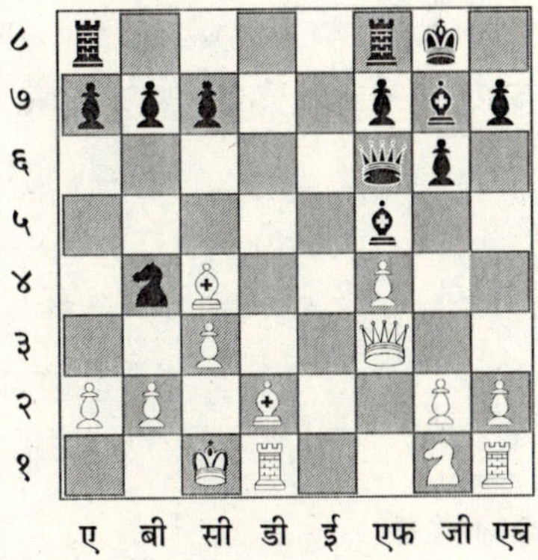

आकृती क्र. ४

काळ्याच्या, ९ वी, १० वी आणि १३ वी अशा मारक चाली. पांढऱ्याच्या किल्लेकोटाच्या आतवर मारा करीत आहेत आणि या चाली सुसंघटित हल्ला करण्यात उपयुक्त आहेत. उदा. काळा वजीर उंटाच्या साहाय्याने..., व × बी २ मात ही खेळी करून मातची दहशत देतो.

उत्तर क्र. २ : आ. ४ पाहा. उत्तर १ मध्ये सांगितल्याप्रमाणे काळी मोहोरी सुसंघटित रीतीने हल्ला करण्यास सिद्ध झाली आहेत. परंतु पांढऱ्याची मोहोरी सुसंघटित नाहीत, पांढरा-हत्ती आणि घोडा स्वगृहात घोरत पडले आहेत. हे पाहून काळा पुढील खेळी करतो **(१५)..., व-ए ६!! आणि त्याचा वजीर स्वतः होऊन सापळ्यात सापडतो आणि स्वतःचे बलिदान करण्यात सिद्ध होतो.** (आता जर पांढऱ्याने (१६) उं × ए ६, ही खेळी करून वजीर मारला तर काळा (१६) ..., घो × ए २ शह मात करतो.) हे जाणून पांढरा **(१६) जी ४,...,** ही खेळी करून उंटावर हल्ला चढवतो. परंतु काळा तिकडे दुर्लक्ष करतो आणि **(१६) ..., व × ए २!** ही खेळी करून त्याचा वजीर परत मारावयास देतो! (येथे जर (१७) उं × ए २, घो × ए २ मात होते आणि पांढऱ्याने वजीर मारला नाही तर..., व-ए १ किंवा..., व-बी १ मात होते हे पाहून पांढरा त्याच्या राजाला पलायन घर तयार करतो **(१७) उं-ई ३,** हे जाणून काळा **(१७)..., उं × सी ३!** ही खेळी करून त्याच्या उंटाच्या बलिदानास सिद्ध होतो. आता पांढऱ्याने जर (१८) बी × सी ३ ही खेळी केली तर काळा **(१८)..., व-सी २** मात करतो (आणि जर (१८) उं × ए २, घो × ए २ मात होते.) तसेच १८..., व ए १ मात किंवा १८..., व बी १मातच्या दहशती आहेत.

अशा रीतीने काळ्या वजीराने सापळ्यात घुसून पांढऱ्या राजावर त्याचा वजीर, हत्ती, उंट, घोडा असतानाही, अजोड डावपेच घालून मात केली आहे.

◎

डाव (सापळा) क्र. ५

व्हिएन्नाचा डाव

(पॅरिस १८५९)

पांढरी	**काळी**
मॅंडॉल्पो	***कॉलीश***
१) ई ४,	**ई ५;**
२) उं-सी ४,	**घो एफ ६;**
३) घो सी ३,	**सी ६;**

(या खेळीहून आधुनिक बुद्धिबळपटू (३)..., घो-सी ६; ही खेळी जास्ती पसंत करतात.

याहून जास्ती गुंतागुंतीचा डाव (३)..., घो × ई ४, या खेळीने होतो.)

४) डी ३,	**बी ५**

(या निकृष्ट खेळीतूनही चांगले निष्पन्न होऊन शकते, परंतु याहून (४)..., डी ५; ही खेळी निश्चित जास्त चांगली आहे.)

५) उं बी ३,	**एच ५;**
६) ए ४,	**बी ४;**
७) घो ए २,	**...;**

(घोडा, कडेपट्टीतील घरात स्थानबद्ध झाल्याने, उरलेल्या डावभर तो निष्क्रिय झाला आहे.)

७) ...,	**डी ५;**
८) ई × डी ५,	**सी × डी ५;**
९) घो एफ ३,	**घो सी ६;**
१०) व ई २,	**उं जी ४;**

(काळी मोहोरी केंद्र घरात मोर्चा बांधून थोडेफार दडपण वाढवीत आहेत.)

११) ०-०	**उं सी ५;**
१२) उं जी ५,	**ए ६;**

१३) एच ३, ...;

(वैशिष्ट्यपूर्ण स्थिती आहे, जर (१३) ..., उं × एफ ३; (१४) उं × एफ ६, उं × ई २; (१५) उं × डी ८, उं × एफ १ अशी मारामारी करून काळा वस्तुनिष्ठ लाभ उठवू शकतो, परंतु काळा, एक कुटिल डावपेच टाकण्याचे जास्त पसंत करतो.)

१३) ..., एच ५?!;
१४) एच × जी ४?, एच × जी ४ (अ);
१५) घो × ई ५, घो डी ४;
१६) व ई १, ब

या खेळीनंतरची स्थिती आ. ५ मध्ये पाहा :

डाव (सापळा) क्र. ५ ची उत्तरे (आकृती ५ पाहा.)

उत्तर अ : काळ्याने, उंटाचे आमिष दाखवून पांढऱ्या राजाच्या किल्लेकोटाचे एच-प्यादे जी-पट्टीत ओढले आणि नंतर ते एच ५ च्या-प्याद्याने मारून एच पट्टी, हत्तीच्या संभाव्य माऱ्यासाठी मोकळी करण्याचे उद्दिष्ट यशस्वी रीतीने गाठले आहे आणि संभाव्य सुसंघटित हल्ल्याची पूर्वतयारी करून ठेवली आहे.

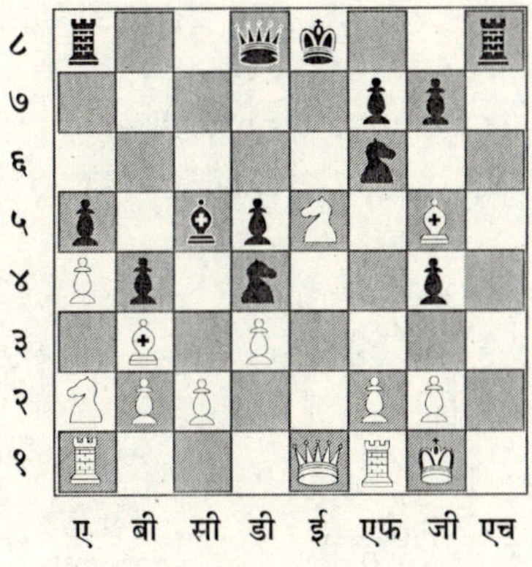

आकृती क्र. ५

पांढऱ्याकडे तीन गुणाधिक्याचा वस्तुनिष्ठ लाभ आहे. आता स्थितिवाचक लाभ पाहू या. मोकळ्या ई-पट्टीवर उघड्यावर पडलेला काळा राजा भेदनीय आहे, हे पाहून पांढऱ्याने सापळा टाकला आहे. उदा. आता जर पांढऱ्याची खेळी असती तर पांढरा (१) घो सी ६ काटशह, रा डी ७, किंवा रा एफ ८ (२) घो × डी ८, अशा रीतीने वजीर मारून वस्तुनिष्ठ लाभात आणखी भर घालू शकतो. **परंतु तो डावाचा निर्णय लावू शकत नाही.** कारण ए २-जी ८ या कर्णावरील उंटाचा मारा काळ्या प्याद्याने थोपवून धरला आहे आणि ए २ मधला घोडा स्थानबद्ध होऊन निष्प्रभ झाला आहे. व-हत्ती स्वगृहात आहे. दुसरा हत्तीही निष्क्रिय आहे. याउलट काळ्याचा उंट आणि घोडा केंद्रस्थानात मोर्चा बांधून संभाव्य सुसंघटित हल्ला करण्यास सिद्ध झाले आहेत. मोकळ्या एच पट्टीवरून काळ्या हत्तीची मुसंडी किल्लेकोटाच्या आंतर गोटात जाऊन पोहोचते. दृश्य स्थितीत पांढरा

राजा किल्लेकोटात सुरक्षित असल्यासारखा भासतो खरा. परंतु योग्य डावपेच घालून काळा चातुर्याने पांढऱ्यावर डाव उलटवू शकतो आणि तो, निर्णायक रीतीने सुसंघटित हल्ला करून, पांढऱ्यावर मात करू शकतो. कारण आता खेळी आहे काळ्याची, **तेव्हा निर्णायक स्थितिवाचक श्रेष्ठतेचा फायदा काळा घेऊ शकतो; आणि पांढऱ्याने टाकलेला सापळा जाणूनही तो हिकमतीने डाव उलटवतो.**

उत्तर ब : (१६) ..., घो-ई ४!!

काळ्याने असाधारण तोड काढली आहे. तो वजीराचे बलिदान करावयास सिद्ध झाला आहे.

(१७) उं × डी ८; घो-जी ३!!

(काळा पुढे ..., ह-एच १ ने मात करण्याची धमकी देतो.)

(१८) घो-सी ६ काटशह,... (देतो, कारण, पांढऱ्याने जाणले आहे की (१८) एफ × जी ३ ही खेळी करून मात टाळता येत नाही. कारण काळा (१८..., घो एफ ३ दु +, किंवा ... घो ई २ दु शह देऊन मात करतो.)

(१८) ..., घो (डी ४) ई २ +;

(१९) व × ई २ +, घो × ई २ मात होते.

योग्य वेळी वजीराचे बलिदान करून काळ्याने समयोचित हिकमती डावपेच घालून पांढऱ्यावर शेवटी कुरघोडी करून यशस्वी रीतीने मात केली आहे.

◎

डाव (सापळा) क्र. ६

उंट प्याद्याची सुरुवात

ऑस्टेंड (१९०६)

पांढरी	**काळी**
स्पाइलमन	*रग्गीओ*
१) ई ४	**ई ५;**
२) उं-सी ४,	**घो-एफ ६;**
३) डी ३,	**उं-सी ५;**
४) घो सी ३,	**डी ६;**
५) एफ ४,	**घो जी ४;**

ही अकाली केलेली घोडदौड पुढे अंगाशी येते.

६) एफ ५,	**व एच ४ +;** *

७) जी ३, **व एच ५; ***

* सुरुवातीच्या चालींत तेच ते मोहोरे दोनदा चालविले गेले आहे.

८) एच ३! **उं × जी१;**

येथे जर (८)..., घो एफ ६; (९) व × एच ५, घो × एच ५; (१०) घो (जी) ई २ हे तितकेसे स्वागतार्ह नाही म्हणून काळ्याने निराळा मार्ग स्वीकारला आहे.

९) व × जी ४, **व × जी४;**

१०) एच × जी ४, **उं बी ६;**

११) जी ५!, **...;**

आणि अचानक उधाण आलेल्या दुधागत दडलेली दहशत उफाळून येते कारण (१२) जी ६! या चालीतून पुढे मोकळ्या होऊ शकणाऱ्या एच पट्टीचा उपयोग कसा करून घ्यावयाचा असतो हे चांगला बुद्धिबळपटू जाणून असतो.

११) ..., **घो सी ६;**

१२) जी ६ ! **एफ × जी ६;**

१३) एफ × जी ६, **एच ६; (अ)**

यानंतरची स्थिती आकृती ६ मध्ये दाखविली आहे.

डाव (सापळा) क्र. ६ वरील प्रश्नांची उत्तरे

उत्तर अ : जी ६ मधील पांढऱ्या प्याद्याची आगेकूच त्याच्यापुढे असणाऱ्या काळ्या प्याद्याने रोखली आहे. तेव्हा हा अडथळा दूर करण्यासाठी पांढऱ्याने एक नामी युक्त योजली.

(१४) ह × एच ६,

ह × एच ६;

'जी ६' मधील पांढऱ्या प्याद्यापुढील अडसर कायम ठेवून काळ्याने रा-हत्तीने पांढरा हत्ती मारला, तेव्हा पांढरा पुढील खेळी करतो.

(१५) उं × एच ६....,

...,...;

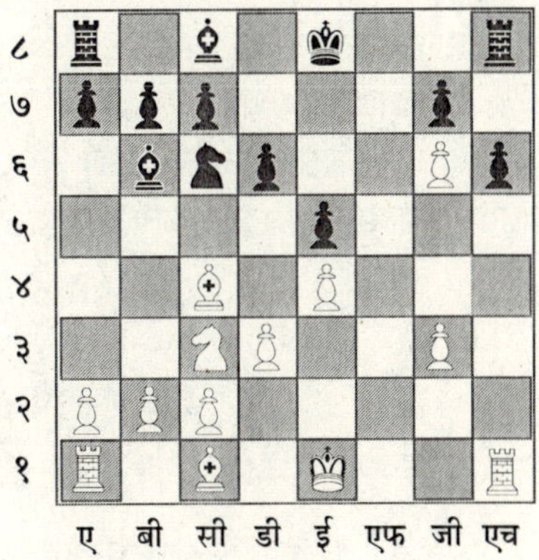

आकृती क्र. ६

आणि तो उंटाचे बलिदान करण्यास सिद्ध होतो. आता जर (१५) ..., जी × एच ६, (१६) जी ७, घो ई ७; (१७) घो डी ५ ! उं ई ६, (किंवा (१७) ..., घो जी ८) (१८) घो × बी ६, आता जर (१८) ..., उं × सी ४, घो

× सी ४ (किंवा जर (१८) ..., सी × बी ६. (१९) उं × ई ६,) अशा रीतीने पांढरा एक मोहोरे देऊन दोन काळी मोहोरी मारून वस्तुनिष्ठ लाभ मिळवितो आणि हा लाभ वाढवीत आणि स्थितिवाचक श्रेष्ठतेचा पुरेपूर उपयोग करून घेऊन शेवटी डाव सहज जिंकू शकतो.

(१५) ..., **घो ई ७;**
(१६) उं. एफ ७ + **रा एफ ८**
(१७) उं जी ५, **उं जी ४**
(१८) रा डी २ ! **...,**

पांढऱ्याने व-हत्ती मोकळा केला आहे आणि तो ह-एच १ ही चाल करून पुढे ह-एच ८ शह देण्याची धमकी देतो.

(१८) ..., **उं-एच ५,**

या काळ्याच्या खेळीनंतरही पांढरा (१९) ह-एच १, ही चाल करून वस्तुनिष्ठ लाभ सहज मिळवू शकतो, परंतु तो याहूनही, त्वरित निर्णायक निकाल लागावा म्हणून पुढील चाल करतो;

(१९) ह-एफ१!!

आता काळ्याला (१९)..., घो × जी ६, (किंवा ..., उं × जी ६) अशा चाली करून पांढरे प्यादे मारता येणार नाही, कारण मग पांढरा (२०) उं × जी ६ काटशहात काळ्याचे आणखी एक मोहोरे सहज मारू शकतो.

(१९) ..., **सी ६;**
(२०) जी ४! **काळा राजीनामा देतो.**

कारण काळ्याने जर (२०)..., उं × जी ४ ही चाल केली तर पांढरा (२१) उं-ई ६ काटशह, रा ई ८; (२२) उं × जी ४, ही चाल करून उंट मारून वस्तुनिष्ठ लाभ मिळवितो आणि पुढेही वस्तुनिष्ठ लाभ वाढवीत वाढवीत, पांढरा शेवटी डाव सहज जिंकू शकतो. (कसा ते आपण प्रत्यक्ष पटावर खेळून पाहा.)

◎

डाव (सापळा) क्र. ७

मुझिओचे आमिष

ब्रेसस्लाव (१८६५)

पांढरी **काळी**
झुकेरटॉर्ट ***अँडरसन***
१) ई ४ **ई ५;**

२) एफ ४,	**ई × एफ ४;**
३) घो एफ ३,	**जी ५;**
४) उं सी ४,	**जी ४;**
५) ०-०,	**...;**

(येथे जर (५) घो ई ५, व एच ४ + अशा रीतीने चढाईची संधी काळ्याकडे जाते.)

५) ...,	**व-ई ७;**

(आतासुद्धा काळा...., व-सी ५ + शह; ही राखीव चढाईखोर खेळी करून तो, पुढील खेळीत बिनजोर पांढरा उंट सहज मारू शकतो.)

६) घो सी ३ !!, (अ)	**जी × एफ ३;**
७) डी ४,	**डी ६;**
८) घो-डी ५,	**व-डी ७;**
९) व × एफ ३,	**घो-सी ६;**
१०) व × एफ ४,	**घो-डी ८;**
११) व-जी ३!	**...;**

पांढऱ्याच्या (११) व जी ३ खेळीनंतर स्थिती आकृती ७ मध्ये दाखविली आहे, ती पाहा :

डाव (सापळा) क्र. ७ वरील प्रश्नांची उत्तरे

उत्तर अ : उंट फुकटात मारला जाण्याची शक्यता असतानाही पांढऱ्याने (६) घो-सी ३!? ही चाल करण्याचा उद्देश पुढील चालीतून दिसून येईल. जर (६) ..., व सी ५ + (७) डी ४, व × सी ४, (८) घो ई ५, व ई ६ मग पांढरा घोडा केंद्र घरातील मारक स्थानातून काळ्या वजीरावर हल्ला करतो तेव्हा काळा वजीर हलविणे भाग पडते. अशा रीतीने सुरुवातीलाच, काळ्याला तेच ते मोहोरे पुन:पुन्हा हलविणे भाग पडते त्यामुळे तो डाववाढीत मागे पडतो, पुढे (९) घो डी ५; रा-डी ८; (१०) उं × एफ ७

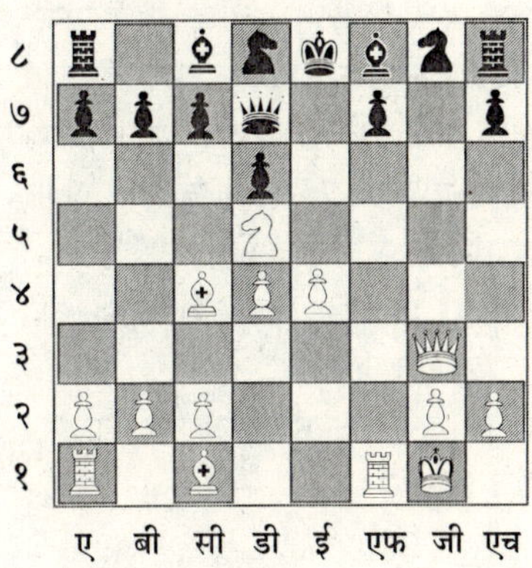

आकृती क्र. ७

अशा रीतीने उंटाच्या बलिदानाच्या बदल्यात पांढरा, त्याचे दोन्ही घोडे केंद्रात मारक स्थानात सुरक्षितपणे बसवून, उंटाने प्यादे मारून, काळ्याच्या आंतरगोटावरील माऱ्यात उत्कृष्ट भर घालतो. अशा रीतीने स्थितिवाचक श्रेष्ठता प्रस्थापित करून डावावर प्रभुत्व मिळवू शकतो.

पांढऱ्याने सापळा टाकला आहे. वस्तुनिष्ठ लाभ पांढऱ्याकडे ३७ गुणांचा आहे व काळ्याकडे ३९ गुणांचा आहे.

काळ्याकडे एक मोहोरे जादा आहे, परंतु सुरुवातीच्या चालीत त्याने तेच ते मोहोरे पुन:पुन्हा चालविल्याने तो डाववाढीत खूप मागे पडला आहे. त्याचे केंद्रात एकही प्यादे नाही. काळा राजा, घोडा आणि वजीर एफ ७ प्याद्याचा बचाव करीत आहेत. परंतु काळ्या राजाच्या बाजूकडील सर्व मोहोरी स्वगृहात स्थानबद्ध झाल्याने ती निष्क्रिय आहेत. वजीर उंट व हत्तीही स्वगृहातच आहेत. एकूण काळी मोहोरी सुलभ हालचाल करण्यास असमर्थ असल्याने ती धड आक्रमक चढाई करू शकत नाहीत त्याचप्रमाणे योग्य बचाव करण्यासही असमर्थ आहेत. याच्या उलट, पांढऱ्याची स्थिती आहे. दोन पांढरी प्यादी केंद्र घरात असून त्याचा उंट आणि घोडा ए २-जी ८ या कर्णावर मोक्याच्या जागा बळकावून घातक मारा करण्यास सिद्ध आहेत. मोकळ्या एफ पट्टीवरून हत्ती काळ्या एफ प्याद्यावर मारा करीत आहे. त्याचा सी १ मधला उंटही केवळ एका खेळीत रणांगणात उतरू शकतो आणि त्याच वेळी ए १ मधील हत्तीलाही मोकळे करू शकतो. त्याचा वजीर मोकळ्या जी पट्टीवर दबा धरून बसला आहे. आणि संभाव्य सुसंघटित हल्ल्याच्या तयारीत आहे. एकूण पांढऱ्या मोहोऱ्यांनी सुसंघटितपणे सुलभ हालचाल करण्याची मुभा मिळविली आहे. एका मोहोऱ्याचे बलिदान करून पांढऱ्याने त्याच्या बदल्यात त्याच्या मोहोऱ्यांच्या सुलभ हालचालींची क्षमता, काळ्याच्या थेट आंतरगोटात मारा करता येईल, अशी मोक्याची ठाणी मिळवून डावावर पकड मिळविली आहे. त्यामुळे स्थितिवाचक श्रेष्ठता पांढऱ्याने मिळविला आहे.

उत्तर क्र. ३ : आकृती ७ पाहा. आता जर काळ्याने ११... घो-ई ६ ही खेळी केल्यास पांढरा (१२) उं-जी ५! आणि नंतर (१३) घो-एफ ६ शह देऊन घातक दहशत देऊ शकतो. हे जाणून काळा

(११) ..., **सी ६;**

ही खेळी करून डी ५ मध्ये मोर्चा धरून बसलेल्या घोड्यावर हल्ला चढवितो.

(१२) व × जी ८ ! **ह × जी ८**

केवळ घोड्यासाठी पांढऱ्याने वजीराचे बलिदान केले आहे त्याचा उद्देश पुढे दिसून येईल. (आता येथे जर (१२) ..., सी × डी ५; (१३) व × एच ८, डी × सी ४; (१४) उं एच ६, व ई ७, (१५) ह (ए) डी १, यानंतर पांढरा निर्णायक

हल्ला चढवून डाव जिंकू शकतो.)

१३) घो-एफ ६ + शह, रा-ई ७

१४) घो × जी ८ + शह!...

पांढऱ्याने वजीराचे बलिदान करून त्याला हवी तशी मारक स्थिती प्राप्त करून घेतली आहे.

१४) ..., रा-ई ८;

१५) घो-एफ ६ + रा-ई ७;

१६) घो × डी ७, उं × डी ७,

१७) उं-जी ५ + काळा राजीनामा देतो.

(कारण जर (१७) ..., रा ई ८, (१८) उं × डी ८, ह × डी ८, (१९) ह × एफ ७, मग दुसरा हत्ती एफ पट्टीत आणून शेवटी तो डाव सहज जिंकू शकतो.)

पांढऱ्याने समयोचित बलिदान करून स्थितिवाचक निर्णायक श्रेष्ठता मिळवून शेवटी डाव जिंकला आहे.

◎

डाव (सापळा) क्र. ८

कैसरिटझकीचे आमिष

व्हिएन्ना (१८५३)

पांढरी	**काळी**
मॅट्स्चेगो	*फाल्कबी*
१) ई ४	**ई ५;**
२) एफ ४	**ई × एफ ४;**
३) घो-एफ ३,	**जी ५;**
४) एच ४,	**जी ४;**
५) घो-ई ५,	**घो-एफ ६;**
६) घो-सी ३, (क)	**डी ६;**
७) घो-सी ४,	**उं-ई ७;**
८) डी ४,	**घो-एच ५;**

पुढे गेलेल्या जी ४ प्याद्याच्या संरक्षणाची तरतूद करून, काळा, दुहेरी जोरात, कमकुवत झालेल्या पांढऱ्या एच ४ प्याद्यावर हल्ला करण्याची मोहीम हाती घेतो.

९) उं-ई २, उं- × एच ४ +;

१०) रा-डी २, **व-जी ५;**

(काळा (११)..., एफ ३ काटशह देऊन एक मोहोरे मारण्याची धमकी देतो (१२) रा-डी ३, एफ × ई २, (१३) उं × जी ५, ई × डी १ = व + वगैरे)

११) रा-डी ३, **घो-सी ६**

आणि आता (१२) ..., घो-बी ४ + (१३) रा डी २, एफ ३ काटशह, अशा संभाव्य खेळ्या काळ्याच्या दृष्टिक्षेपात येऊ शकतात.

१२) ए ३ **उं-एफ २!**

१३) घो-डी ५, **उं × डी ४ ?!**

काळा उत्साहाचे भरात 'उं × डी ४' ही खेळी करतो, वस्तुत: सद्य:स्थितीत त्याने (१३) ...., रा-डी ८ ही खेळी करून समतोल साधवयास हवा होता.

१४) घो × सी ७ + **रा-डी ८**

१५) घो डी ५ ?, (ख) **एफ ५ !;**

काळाची ही एफ ५ ची चाल जोरदार आहे.

१६) घो × डी ६, **एफ × ई ४ +**

१७) रा-सी ४, **...;**

पांढऱ्याच्या या खेळीनंतरची स्थिती आकृती ८ मध्ये दाखविली आहे.

सापळा क्र. ८ ची उत्तरे

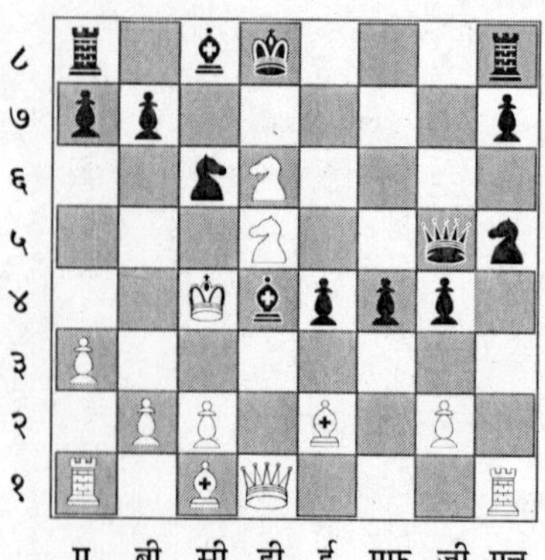

आकृती क्र. ८

उत्तर (क) : पांढऱ्याने (६) घो-सी ३ ही खेळी करण्याऐवजी, पांढऱ्या राजाच्या बाजूकडे चालून येणाऱ्या काळ्या प्याद्यांच्या संभाव्य आगेबढतीवर वेळीच आवर घालण्यासाठी त्याने (६) उं-सी४, ही डाववाढ साधणारी आणि त्याच वेळी काळ्या एफ ७ प्याद्यावर मारा करणारी चाल केली असती तर काळ्याला त्या प्याद्याच्या संरक्षणासाठी गुंतून ठेवता आले असते, तसेच किल्लेकोट करणे शक्य झाले असते.

उत्तर (ख) : पांढऱ्याने (१५) घो-डी ५? ही माघार घेणारी, कचखाऊ आणि अवसानघातकी चाल केली आहे. त्याने (१५) घो × ए ८ ही वस्तुनिष्ठ लाभ मिळवून देणारी नि चढाईखोर चाल करणे श्रेयस्कर ठरले असते.

उत्तर क्र. २ : काळा पांढऱ्याला सापळ्यात अडकवतो. आ. ८ पाहा. तुलनात्मक दृष्टीने पाहता, पांढऱ्या राजाच्या वाट्याला फक्त बी ३ आणि बी ५ ही पलायन घरे उरतात. त्याच वेळी पांढऱ्या मोहोऱ्यांच्या हालचालीत सुसंबद्धता नसल्याने ती पांढऱ्या राजाच्या संरक्षणाला निरुपयोगी आहेत. याच्या उलट, व-हत्तीखेरीज इतर सर्व काळ्या मोहऱ्यांना सुसंघटितपणे हालचाल करण्याची मुभा मिळाल्याने ती एका पाठोपाठ एक अशा रीतीने वाढत्या श्रेणीने हल्ल्यावर हल्ले चढवून पांढऱ्या राजाला नेस्तनाबूद करू शकत असल्याने काळा, त्याच्या वजीराचे बलिदान करून त्याच्या मोबदल्यात त्याला हवे तसे पांढऱ्या राजाला खेळणे भाग पाडून केवळ आठ चालींत तो मात करतो. उदा.

१७) ...,	**व × डी ५ +!!**
१८) रा × डी ५	**घो-एफ ६ +;**
१९) रा सी ४, (ग)	**उं-ई ६ +;**
२०) रा-बी ५,	**ए ६ +**
२१) रा-ए ४	**बी ५ +**
२२) घो × बी ५	**ए × बी ५ +**
२३) रा × बी ५	**ह ए ५ +**
२४) रा × सी ६,	**उं डी ५ +**
२५) रा डी ६,	**घो ई ८ मात होते.**

काळ्याची सुरुवातीपासून केलेली चढाई शिस्तबद्ध होती.

उत्तर (ग) : येथे जर (१७) रा × ई ४, ही खेळी केली तरीही पांढरा सापळ्यातून सुटू शकत नाही. काळा (१७)..., ह-ई ८ शह! (१८) घो × ई ८, उं-एफ ४ शह मात करतो.

◎

डाव (सापळा) क्र. ९

राजाचे आमिष

लंडन (१८७९)

पांढरी	**काळी**
गन्सबर्ग	***नवोदित***
१) ई ४,	**ई ५;**
२) एफ ४	**ई × एफ ४;**
३) घो-एफ ३,	**उं-ई ७;**

भूतपूर्व कनिंगहॅमचे आमिषाचे स्मारक वरील खेळ्यातून दिसून येते. परंतु आधुनिक खेळांमध्ये हे आमिष खूप मागे पडले आहे.

४) उं-सी ४,	**उं-एच ४ +;**

(४) ..., घो-एफ ६! ही आधुनिक चाल खूप श्रेष्ठ समजली जाते. काळ्यांच्या वरील शहदायी चालीला पांढरा, प्याद्यांचे आमिष देऊन उत्तर देतो.)

५) जी ३,	**एफ × जी ३;**
६) ०-०,	**जी × एच २ +;**
७) रा एच १,	**...;**

प्याद्यांच्या बलिदानाच्या मोबदल्यात पांढरा, मोकळ्या पट्ट्या मिळवून डाववाढीमध्ये अग्रेसरत्व मिळवितो, तशीच चढाई करण्याची संधीही त्याला लाभते. काळ्याने अत्यंत दक्षतापूर्वक खेळावयास हवे आहे.

७) ...,	**डी ५;**
८) उं × डी ५,	**घो-एफ ६;**
९) घो-सी ३,	**घो × डी ५;**
१०) घो × डी ५,	**उं-एच ३;**

आतापर्यंतच्या मारामारीतून काळ्याने वस्तुनिष्ठ लाभ मिळविला आहे, परंतु या मारामारीतून त्याला धोकादायक असा गुंतगुंतीचा डाव निर्माण झाला आहे.

११) घो × एच ४	**उं × एफ १;**
१२) व जी ४,	**...;**

या खेळीनंतरची स्थिती आकृती ९ मध्ये दाखविली आहे, ती पाहा.

आकृती क्र. ९

प्रश्नांची उत्तरे

सद्य:स्थितीत काळा डाव जिंकू शकत नाही. कारण, एका बिनजोर उंट आणि प्याद्याखेरीज त्याची बाकी सर्व मोहोरी स्वगृहातच आहेत. त्यामुळे ती निष्क्रिय आहेत. तेव्हा ती चढाई करण्यास असमर्थ आहेत. याच्या उलट पांढरी मोहोरी मोक्याच्या जागा पकडून मोर्चा बांधून सुसंघटित रीतीने चढाईखोर हल्ल्यासाठी सिद्ध झाली आहेत.

उत्तर क्र ३ :

१२) ..., **०-०,**

काळ्याची (१२)..., ०-०, ही खेळी तितकीशी चांगली नाही. त्याने (१२)..., जी ५, ही चढाईखोर खेळी अजमावून पाहावयास हवी होती, आणि जर (१३) घो-एफ ५, सी ६ वगैरे अशा प्रकारे खेळ्या झाल्या असत्या.

१३) घो-एफ ५; **जी ६;**

काळ्यावर ही चाल लादलेली आहे, या चालीमुळे काळ्याच्या दृष्टीने, पट मध्यावरील मोठ्या कर्णावर धोकादायक कमजोरी निर्माण होते.

१४) घो (एफ ५) ई ७ + **रा-एच ८;**

१५) बी ३; **घो-डी ७;**

१६) उं-बी २ +, **एफ ६;**

१७) ह × एफ १, **सी ६,**

काळ्याचे हे उत्तर अपेक्षित होते त्याला पांढऱ्याने पुढीलप्रमाणे धक्का देणारे उत्तर दिले :

१८) व × डी ७ !! **व × डी ७**

१९) ह × एफ ६, **...,**

पांढरा '(२०) ह × एफ ८ दुहेरी शह मात'ची धमकी देतो. जर (१९)..., ह × एफ ६, मग पांढरा (२०) उं × एफ ६ मात करतो. येथे काळ्याच्या दृष्टीने उत्कृष्ट संधी म्हणजे त्याने (१९)..., रा-जी ७, (२०) ह-डी ६ काटशह, रा-एच ६, (२१) ह × डी ७ अशा रीतीने लांबलेला डाव, शेवटी पांढरा जिंकू शकतो.

१९) ..., **एच ५ ?**

२०) ह-एफ ७ मात!

अशा रीतीने काळ्याचा चुकीचा बचावखोर खेळ त्याच्या अंगलट येतो.

अभ्यास : तुलनात्मक दृष्टिकोनातून डाव क्र. ८ आणि क्र. ९ सुरुवातीपासून पटावर मांडून खेळून पाहा. विरोधी बुद्धिबळाच्या चुकीच्या खेळीचा पुरेपूर फायदा घेऊन काळा आणि पांढरा अनुक्रमे डाव क्र. ८ आणि ९ कसा जिंकू शकतात हे अजमावून पाहा आणि **'बुद्धिबळ खेळाचा आनंद'** मिळवा.

◎

डाव (सापळा) क्र. १०

व्हिएन्नाचा डाव

व्हिएन्ना (१८७२)

पांढरी	काळी
हॅम्पी	*मेटनर*
१) ई ४,	**ई ५;**
२) घो सी ३,	**उं सी ५;**
३) घो ए ४ ?!	**...;**

सर्वसाधारण तत्त्वाला सोडून सुरुवातीच्या चालीत पांढरा घोडा दोनदा हलविल्याचे पाहून काळा विस्मयकारक अशी पुढीलप्रमाणे खेळी करतो.

३) ...,	**उं × एफ २ +!?**
४) रा × एफ २,	**व-एच ४ +**
५) रा ई ३,	**...;**

या खेळीखेरीज पांढऱ्याला दुसरी खेळी नाही. कारण जर (५) जी ३, व × डी ४ आणि काळा वजीर दोन बिनजोर पांढऱ्या मोहोऱ्यांवर हल्ला चढवू शकतो.

५) ...,	**व एफ ४ +**
६) रा डी ३,	**डी ५;**
७) रा सी ३,	**व × ई ४;**

अशा रीतीने उंटाच्या बदल्यात दोन प्यादी मिळवून, पांढऱ्या राजाला बाहेर खेचून, त्याच्यावर चढाईखोर हल्ल्यांचा ससेमिरा लावण्यात काळ्याने यश मिळविले आहे. तेव्हा सुरुवातीला काळ्याने केलेला अंदाज बरोबर ठरला आहे.

८) रा बी ३	**घो ए ६,**

काळ्याच्या (८)..., घो-ए ६ या खेळीनंतरची स्थिती आकृती १० मध्ये दाखविली आहे.

प्रश्न १ (क) : पांढरा राजा सापळ्यात सापडला आहे, तो कसा? आता जर काळ्याची खेळी असती तर त्याने एकाच खेळीत मात केली असती, ती कशी?

(ख) : प्रत्यक्षात खेळी पांढऱ्याची आहे. पांढरा मात कशी टाळू शकतो ते पर्यायी चालीसह सांगा.

प्रश्न २ : डावावर मिळवलेली पकड कायम ठेवण्यासाठी काळा काय करू शकतो आणि त्याला पांढरा यशस्वी रीतीने कसे तोंड देऊ शकतो ते पर्यायी चालींसह सांगा.

प्रश्न ३ : डावाचा शेवट कसा होतो ते कारणासह सांगा.

डाव (सापळा) क्र. १० वरील प्रश्नांची उत्तरे :

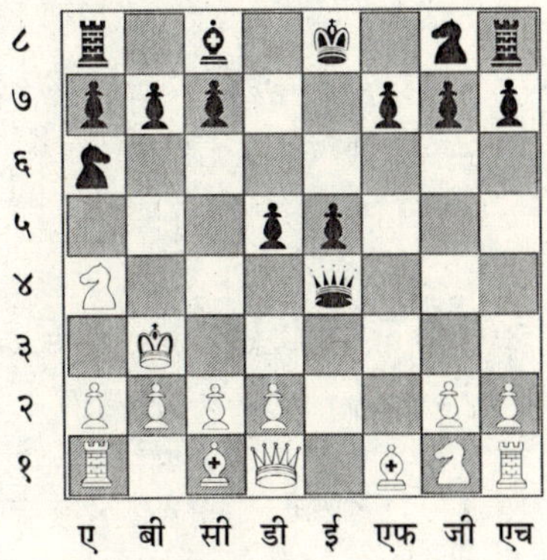

आकृती क्र. १०

उत्तर क्र. १ (क) : आ. १० मधील स्थितीत पांढऱ्या राजाला काळ्या वजीराचा शह बसू शकतो तेव्हा त्याला सुरक्षित असे पलायन घर उरत नाही. त्यामुळे तो सापळ्यात सापडला आहे. उदा. काळा..., व-बी ४ शह मात अशी एकाच खेळीत मात काळा करू शकतो.

१ (ख) : आता पांढऱ्याने मात टाळण्यासाठी जर (९) उं × ए ६ ही खेळी केली तर, काळा (९)..., बी × ए ६ ही खेळी करून पुढे ... ह बी ८ शहची धमकी देऊ शकतो. तेव्हा पांढरा (९) ए ३,... ही खेळी करून मात टाळू शकतो.

उत्तर क्र. २ : पुढील प्रमाणे खेळ्या होतात.

९) ए ३,	**व × ए ४ + !!**
१०) रा × ए ४,	**...,**

वजीराचे बलिदान करून काळ्याने पांढऱ्याला चांगलेच पेचात पकडले आहे.

१०) ...,	**घो सी ५ शह;**
११) रा बी ४,	**ए ५ शह !!;**
१२) रा × सी ५,	**घो ई ७;**

वजीरा पाठोपाठ घोड्याचे बलिदान करून काळा. (१३) ..., बी ६ +; (१४) रा बी ५; उं डी ७ + मात ! करण्याची धमकी देतो. हे जाणून पांढरा पुढील खेळी करतो.

१३) उं बी ५ +	**रा डी ८;**
१४) उं सी ६ !	**बी ६ +,**
१५) रा बी ५,	**घो × सी ६,**

आता पांढरा. १६) डी ४, ही खेळी करून बचाव करू शकत नाही कारण, काळा, १६) ..., घो × डी ४ + (१७) व × डी ४, उं डी ७ मात!

१६) रा × सी ६,	**उं बी ७ शह !!**

ही हिकमती खेळी करण्यामागे काळ्याचे चातुर्य दिसून येते उदा. (१७) रा × बी ७, रा-डी ७ !! काळा उंटाचे बलिदान करतो व (१८) ह (एच) बी ८ शह मात करू शकतो. हे जाणून पांढरा पुढील खेळी करतो:

१७) रा बी ५ ! **उं ए ६ शह,**

१८) रा सी ६ ! **...,**

डाव वाचविण्यासाठी पांढरा ही खेळी करतो. कारण त्याने जर (१८) रा-ए ४?! उं-सी ४! आणि काळा पुढे (१९) ..., बी ५ मात करू शकतो.

१८) ..., **उं बी ७ शह!!**

काळा परत उंटाचे आमिष देऊ करतो (वर दिलेल्या खेळी क्र. १६ वरील टीपा पाहा.)

डाव बरोबरीचा होतो. कारण घोडा आणि वजीर अशा मातबर मोहऱ्यांची उणीव असतानाही, काळ्याला अविरत शह देण्यापासून वंचित करता येत नाही.

उत्तर क्र. ३ : आपापल्या स्वगृहात घोरत पडणाऱ्या आपल्या बुद्धिबळ दलांविना असणारा पांढरा राजा, एकाकीपणे निर्घृण अशा आपत्तींना यशस्वी रीतीने तोंड देत देत शेवटी डाव बरोबरीने सोडविण्यात कसाबसा यशस्वी होतो.

◎

डाव (सापळा) क्र. ११

म्युझिओचे आमिष

व्हिएन्ना (१९०३)

पांढरी	**काळी**
मार्शल	***मारोक्झी***
१) ई ४,	**ई ५;**
२) एफ ४,	**ई × एफ ४;**
३) घो-एफ ३,	**जी ५;**
४) उं-सी ४,	**जी ४;**
५) घो-सी ३,	**जी × एफ ३;**
६) व × एफ ३,	**डी ५;**

घोड्याला मारून डाववाढीसाठी वेळ मिळावा म्हणून काळा एका प्याद्याचे आमिष देऊ करतो. चाल हिकमती आहे.

७) घो × डी ५ **सी ६;**

या खेळीमुळे काळ्याच्या मूळ कल्पनेला बाधा येते. येथे (७) ..., उं ई ६ किंवा (७) ..., घो सी ६; अशी चाल उपयुक्त ठरली असती.

८) घो × एफ ४ **व-एफ ६;**

आता पांढऱ्याने जर किल्लेकोट केला तर काळा..., व-डी ४ शह, ही खेळी करून एक मोहोरे मारण्याची धमकी देऊ शकतो.

९) सी ३ **उं-एच ६;**

येथे काळ्याला पुढीलप्रमाणे चांगली संधी होती. (९) ..., व एच ४ +; (१०) जी ३, उं-जी ४, (११) ब-एफ २, व ई ७; वगैरे.

१०) डी ४ **घो-ई ७**

११) ०-० **०-०,**

काळ्याच्या अकराव्या खेळीनंतरची स्थिती आकृती ११ मध्ये दिली आहे.

डाव (सापळा) क्र. ११ वरील प्रश्नाची उत्तरे

उत्तर (क) : दोघांनीही किल्लेकोट केला आहे, दोघांच्याही किल्लेकोटाला खिंडार पडले आहे. एफ पट्टीतले खिंडारं पांढऱ्याला उपयुक्त आहे. एफ पट्टीत पांढऱ्या हत्तीचा आणि वजीराचा दुहेरी (संयुक्त) मारा जारी आहे. तो काळ्याला जास्त घातक आहे. काळा डाववाढीत खूप मागे पडला आहे. पांढऱ्याने स्थितिवाचक श्रेष्ठता मिळवून डावावर पकड मिळविली आहे.

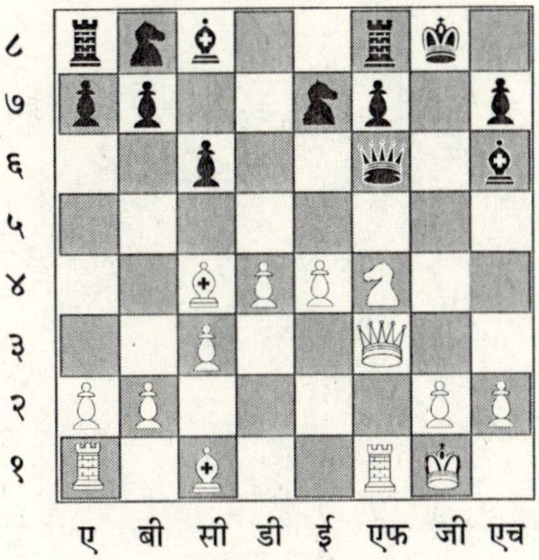

आकृती क्र. ११

उत्तर (ख) : पांढरा पुढीलप्रमाणे चाली करून डाव जिंकतो.

(१२) **घो-डी ५** ...,

धक्का देणारी चाल आहे, काळ्याला फारसा पर्याय उरत नाही. कारण जर (१२) ..., व × एफ ३, (१३) घो-ई ७ +, रा एच ८, (जी ७) (१४) ह × एफ ३ असा पांढरा वस्तुनिष्ठ लाभ मिळवतो आणि अंती डाव जिंकू शकतो आणि जर (१२)..., व डी ६, (१३) घो-एफ ६ +, रा-जी ७; (१४) उं-एच ६ +, रा × एच ६; (१५) व एच ५ +, रा जी ७ (१६) व × एच ७ मात करू शकतो.

१२) ..., **घो × डी ५;**

१३) व × एफ ६ **घो × एफ ६**

१४) उं × एच ६ **...;**

आता काळ्याने जर (१४) घो × ई ४ (१५) उं × एफ ८, घो डी २ (१६) उं × एफ ७ +, रा × एफ ८; (१७) उं ई ६ काटशह, घो × एफ १, (१८) ह × एफ १ +, रा ई ७, (१९) उं × सी ८, आणि पुढे उं × बी ७ आणि पुढे उं × ए ८ अशा चाली करून शेवटी पांढरा निर्णायक रीतीने डाव जिंकू शकतो.

१४) ..., **घो (बी) डी ७**

१५) उं × एफ ८ **रा × एफ ८**

१६) ई ५, **काळा राजीनामा देतो.**

कारण (१६) ..., घो डी ५, (१७) उं × डी ५; सी × डी ५; (१८) ई ६, घो बी ६, (१९) ह × एफ ७ + वगैरे पुढे पांढरा डाव सहज जिंकू शकतो.

◎

डाव (सापळा) क्र. १२

राजाच्या आमिषाला नकार

बर्लीन (१८६३)

पांढरी	**काळी**
न्यूमन	***डुफ्रेसने***
१) ई ४	**ई ५;**
२) एफ ४,	**उं-सी ५;**
३) घो-एफ ३,	**डी ६;**
४) उं-सी ४,	**घो-एफ ६;**
५) घो सी३,	**०-०;**
६) डी ३,	**...;**

येथे जर (६) एफ × ई ५, डी × ई ५ (७) घो × ई ५ अशा खेळ्या झाल्या असत्या तर काळ्याला (७)..., व-डी ४ ! ही उत्कृष्ट चढाईखोर चाल करण्याची संधी मिळाली असती. उदा. ए ७-जी १ या कर्णावरून उंटाच्या जोरात, वजीर पांढऱ्याच्या आंतर गोटात शिरून शहमारा करू शकतो.

६) ..., **घो-जी ४?**

आणि पुढे,..., घो एफ २, ही चाल करून द्विघाती हल्ला करण्याची भुरळ काळ्याला पडते, परंतु येथे ६)..., घो-सी ६, ही डाववाढ साधणारी शिस्तीने केलेली खेळी उपयुक्त ठरली असती.

७) ह-एफ१ **घो × एच २?;**

सरळ रीतीने काळा हिशेब करतो की पांढऱ्याने जर ८) घो × एच २ ही खेळी केली तर, तो ८)..., व-एच ४ शह आणि पुढे..., व × एच २ अशी चाल करून डावावर पकड मिळवू शकतो.

८) ह-एच १ !! **...;**

मोकळ्या एच पट्टीवरून पांढऱ्या हत्तीला किल्लेकोटातील काळ्या राजावर चढाई करण्याची संधी मिळू शकेल.

८) ..., **घो-जी ४;**

काळा, परत...घो-एफ २ ही द्विघाती हल्लेखोर चाल करण्याची दहशत देतो.

९) व-ई २ **उ-एफ २ +;**

शह देऊन, पांढऱ्याची किल्लेकोट करण्याची संधी घालविली आहे, परंतु यामध्ये काळ्याने वेळ फुकट दवडला आहे.

१०) रा-एफ १ **घो-सी ६**

११) एफ ५! **उं-सी ५**

अशा रीतीने उंट माघारी घेऊन काळ्याने खेळी आणि वेळ फुकट दवडला आहे.

१२) घो-जी ५! **घो-एच ६**

येथे जर काळ्याने (१२)..., घो-एफ ६, ही खेळी केली असती तर पांढऱ्याने (१३) घो × एच ७, घो × एच ७ (१४) व एच ५ अशा खेळ्या करून डावावर पकड मिळविली असती.

१३) व-एच ५ **व-ई ८;**

काळ्याच्या तेराव्या खेळीनंतरची स्थिती आकृती १२ मध्ये दाखविली आहे. ती पाहा.

डाव (सापळा) क्र. १२ वरील प्रश्नांची उत्तरे

उत्तर : आकृती १२ पाहा. पांढरा राजा उघड्यावर आहे, हे उघड दिसते, आणि त्याच्यावर, 'ए ७-जी १' या कर्णावरून, काळा हल्ला करू शकतो. परंतु एकट्या उंटाच्या साहाय्याने तो तसा हल्ला करू शकत नाही. काळी मोहोरी. सुसंघटित

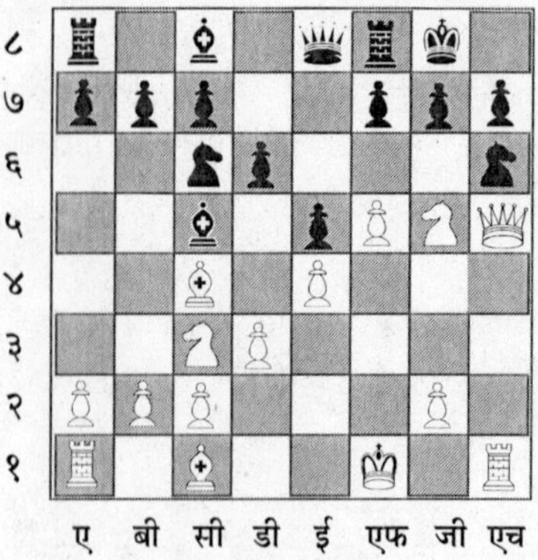

आकृती क्र. १२

रीतीने हल्ला करण्यास असमर्थ आहेत. याच्या उलट, काळा राजा जरी किल्लेकोटात असला तरीही तो सुरक्षित नाही. कारण, 'ए २- जी ८' या कर्णावरून पांढऱ्या उंटाचा, जी ५ मधील घोड्याचा आणि वजीराचा तिहेरी हल्ला काळ्या एफ ७ प्याद्यावर जारी आहे. तसेच मोकळ्या एच पट्टीवरील हत्ती आणि वजीर किल्लेकोट फोडण्याच्या तयारीत आहेत. प्रसंगी घोड्याचे बलिदान करून पांढरा त्याचे उद्दिष्ट गाठू शकतो. एकूण स्थितिवाचक श्रेष्ठता मिळवून पांढऱ्याने डावावर पकड मिळविली आहे.

उत्तर क्र २ :

१४) घो × एच ७!	**रा × एच ७**
१५) उं × एच ६	**जी ६**

काळ्याने जाणले आहे की आता (१५)..., जी × एच ६ ही खेळी करून उपयोग होणार नाही, कारण पांढरा (१६) व × एच ६ शह, रा जी ८ (१७) व एच ७/ एच ८ शह मात करू शकतो.

१६) व × जी ६ +!	**एफ × जी ६;**

पांढऱ्याने वजीराचे बलिदान करून एफ पट्टीतील प्यादे 'जी ' पट्टीत ओढून पांढऱ्या उंटाचा 'जी ८' वरील मारा उघडा केला आहे.

१७) उं × एफ ८ काटशह मात करतो.

◎

डाव (सापळा) क्र. १३

फाल्कबीरचे प्रती आमिष

ब्रस्लाव (१८६२)

पांढरी	**काळी**
रोझेन्स	***अँण्डर्सन***
१) ई ४	**ई ५;**
२) एफ ४,	**डी ५;**

अशा रीतीने तांत्रिक आणि मानसिक कारणांसाठी काळे प्यादे, प्रती आमिष रूपाने देऊ केले आहे. डाववाढीमध्ये भरीव पुढाकार मिळविणे हे त्यामधील तांत्रिक उद्दिष्ट आहे आणि पांढऱ्याला घाबरवून सोडणे हा त्यातील मानसिक हेतू आहे.

३) ई × डी ५, ई ४;

आता पुढे चालविलेले हे ई प्यादे पांढऱ्याच्या मार्गात फार मोठा अडथळा आणू शकते.

४) उं बी ५ +, सी ६;

५) डी × सी ६, घो × सी ६;

६) घो सी ३, घो-एफ ६;

७) व-ई २, ...;

काळे ई-प्यादे मारण्यासाठी, पांढरा चुकीचे डावपेच वापरीत आहे. पुढे त्याच्यावर पस्तावण्याची पाळी येणार आहे.

७) ..., उं-सी ५

८) घो × ई ४ ०-०!

९) उं × सी ६, ...;

उंटाने शत्रूचे एक महत्त्वाचे मोहोरे मारले आहे खरे, परंतु त्यामुळे बी पट्टी पुढे मोकळी पडते आणि याचा काळ्याला चढाईच्या दृष्टीने पुढे उपयोग हाऊ शकतो.

९) ..., बी × सी ६

१०) डी ३ ह-ई ८;

११) उं-डी २ ...;

ई-पट्टीवरील संभाव्य घडामोडी धोकादायक ठरण्याचा संभव असल्याचे पाहून, पांढरा, वजीराच्या बाजूचा किल्लेकोट करण्याच्या तयारीला लागतो.

११) ..., घो × ई ४;

१२) डी × ई ४ उं-एफ ५

वेळ मिळविणारी डाववाढ काळ्याने साधली आहे.

१३) ई ५, व-बी ६ (क)

पांढऱ्याला वजीराच्या बाजूचा किल्लेकोट करणे भाग पडते. कारण काळ्याच्या (१३) ..., व बी ६ या खेळीमुळे त्याला पुढीलप्रमाणे दुहेरी दहशत देता येते. उदा. (१४)..., उं × जी १; (१४) ..., व × बी २ तेव्हा पांढऱ्याला (१४) ०-०-० ही खेळी सक्तीने खेळणे भाग पडते, तेव्हा तो आयता सापळ्यात अडकतो. कारण मोकळ्या बी, डी आणि ई पट्टीत काळे हत्ती आणून, सुसंघटित हल्ल्यासाठी सिद्ध असलेल्या इतर काळ्या मोहोऱ्यांच्या साहाय्याने काळा निर्णायक रीतीने हल्ल्यांवर हल्ले चढवून शेवटी डाव जिंकू शकतो.

१४) ०-०-० **उं-डी ४!**

उत्कृष्ट चढाईखोर चाल आहे, मात करण्याची दहशत काळा देतो. आता पांढऱ्याला (१५) बी ३ ही बचावखोर खेळी करता येणार नाही, कारण (१५) ..., व सी ५ (आणि पुढे (१६)..., व × सी २ मात करण्याची दहशत काळा देतो. तसेच (१६) ..., व ए ३ शह आणि पुढे तो मात करू शकतो.)

१५) सी ३, **ह (ए) बी ८!**

१६) बी ३, **ह (ई) डी ८!! (ख)**

१७) घो-एफ ३ **...; (उ)**

आकृती क्र. १३

पांढऱ्याच्या १७ व्या खेळीनंतरची स्थिती आकृती १३ मध्ये दाखविली आहे, ती पाहा.

डाव (सापळा) क्र. १३ वरील प्रश्नांची उत्तरे

उत्तर (उ) : काळा पुढीलप्रमाणे चाली करतो :

१७) ..., **व × बी ३!!**

वजीराचे बलिदान करूनही काळा मात करू शकतो.

१८) ए × बी ३ **ह × बी ३**

वजीराचे बलिदान करून काळा..., ह-बी १ मात करण्याची दहशत देतो.

१९) उं-ई १ **...;**

पांढऱ्या राजासाठी डी २ चे पलायन घर निर्माण केले आहे.

१९) ..., **उं-ई ३ +**

२०) पांढरा राजीनामा देतो.

उत्तर (ख) : काळ्याची (१६)..., ह (ई) डी ८!! ही सर्वोत्तम खेळी ठरते, कारण मोकळ्या डी पट्टीवर असणारा काळा हत्ती डी २ या पलायन घरात जाण्यापासून पांढऱ्या राजाला वंचित करतो. त्यामुळे काळा (२०) ..., ह बी १ मात ही चढाईखोर खेळी करून पांढऱ्याला नेस्तनाबूद करतो.

◎

डाव (सापळा) क्र. १४

(फिलिडोअरचा बचाव)

स्टॉकहोम (१९३७)

पांढरी	**काळी**
कॅस्टाल्डी	*टार्टाकोव्हर*
१) ई ४,	**ई ५;**
२) घो-एफ ३,	**डी ६;**

क्वचितच अशा तऱ्हेचा बचाव खेळतात, यामुळे काळ्याचा डाव आवळला जातो.

३) डी ४,	**घो-एफ ६;**
४) घो-सी ३,	**घो (बी) डी ७;**
५) उं-ई २	**उं-ई ७;**
६) ०-०,	**एच ६;**
७) बी३,	**...;**

हिकमती चाल आहे, व-उंट, बी २ मध्ये चालवून काळ्या रा-प्याद्यावर पांढरा अप्रत्यक्ष रीतीने दबाव आणू शकतो.

७) ...,	**सी ६;**
८) उं-बी २,	**व सी ७;**

..., ई × डी ४ ही खेळी टाळण्यावर काळ्याचा बचाव अवलंबून आहे, कारण त्याने जर ही चाल केली तर पांढऱ्याला आयती मोकळीक मिळते आणि त्याला डाव अनुकूल होतो.

९) व-डी २,	**जी ५;**

या चालीमुळे पट-मध्यावरील लांब कर्ण उघडा पडतो. तसेच काळ्या एफ ६ मधील घोड्याचा जोर नाहीसा झाल्याने तो असुरक्षित होतो आणि काळ्याच्या दृष्टीने डाव कमकुवत होतो. काळ्याने मूळ योजनेप्रमाणे भक्कम बचावात्मक डाव खेळावयास हवा होता.

१०) ह (एफ) डी १,	**घो एफ ८?**

काळ्याच्या १० व्या खेळीनंतरची स्थिती आकृती १४ मध्ये दाखविली आहे, ती पाहा :

डाव (सापळा) क्र. १४ वरील प्रश्नांची उत्तरे :

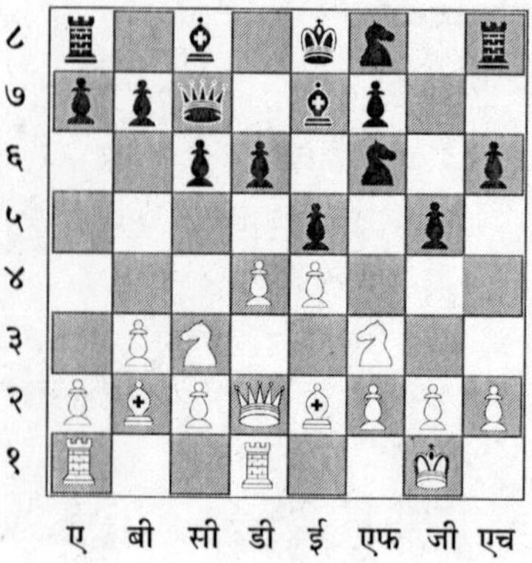

आकृती क्र. १४

पांढरा डाववाढीमध्ये वरचढ आहे. ह्याच्या उलट काळ्याची स्थिती आहे. त्याचे दोन्ही हत्ती आणि एक उंट स्वगृहात रखडल्याने निष्क्रिय आहेत. सुरुवातीच्या चालीत तेच ते मोहोरे हलवून काळ्याने वेळ फुकट दवडला आहे. त्याने किल्लेकोट केला नाही. भक्कम बचावात्मक डाव खेळण्याची मूळ योजना डावलून त्याने धरसोड वृत्तीने चाली केल्या आहेत. समयोचित हालचाली करण्याची काळ्या मोहोऱ्यांची क्षमता कमी आहे, त्यामुळे तो डाववाढीमध्ये खूप मागे पडला आहे.

उत्तर (ख) : ..., घो-जी ६ आणि पुढे..., घो-एफ ४ अशा खेळ्या करता येतील, अशा हेतूने काळ्याने (१०)..., घो-एफ८ ही चाल केली परंतु ती घोडचूक आहे. कारण त्याला ह्या खेळ्या करण्याची संधीच मिळत नाही. त्याने (१०)..., घो-एच ७ आणि पुढे..., घो-एफ ८ अशा खेळ्या करून पुढे..., घो-जी ६..., घो-एफ ४ अशा खेळ्या त्याला करता आल्या असत्या.

उत्तर क्र. २ : पुढीलप्रमाणे ६ खेळ्या करून पांढरा काळ्याला डाव सोडावयास भाग पाडतो.

११) डी × ई ५ ! **डी × ई ५**
१२) घो × ई ५ **...,**

घोडा मारावयास दिला आहे.

काळ्याने जर (१२)..., व × ई ५ ही चाल केली तर पांढरा (१३) घो-डी५! ही खेळी करून काळ्याला पेचात पकडतो, तेव्हा काळ्यापुढे दोन पर्याय उरतात. उदा. (१३)..., व × बी २ (१४) घो-सी ७ मात होते किंवा (१३)..., व-डी ६ (१४) घो × एफ ६ शह, देऊन पांढरा डाव जिंकू शकतो.

१२) ..., **उं-ई ६**
१३) घो-बी ५! **...;**

आता काळ्यापुढे पुढील पर्याय उरतो, त्याने जर (१३)..., सी × बी ५ (१४) उं × बी ५ +, घो (एफ) डी ७; (१५) उं × डी ७ + आणि काळ्यापुढे दोन पर्याय

उरतात. उदा. (१५)..., उं × डी ७, (१६) घो × डी ७, व × डी ७; (१७) व × डी ७+, घो × डी ७, उं × एच ८, किंवा (१५) ..., रा एफ ८ (१६) उं × ई ६, एफ × ई ६ (१७) घो जी ६ वगैरे ह्या दोन्ही पर्यायांमध्ये, पांढरा मारामारी करून वस्तुनिष्ठ लाभ मिळवितो आणि अंती डाव जिंकू शकतो.

१३) ..., **व-बी ८;**

१४) व-ए ५! **...,**

एका पाठोपाठ दुसरी चाल वरचढ आहे. काळ्याने जर (१४)..., बी ६; ही खेळी केली तर पांढरा (१५) घो × सी ६, बी × ए ५, (१६) घो × बी ८, ह × बी ८, (१७) घो सी ७ मात होते किंवा जर (१६) ..., उं-डी ८; (१७) ह × डी ८ +, रा × डी ८ (१८) उं × एफ ६ शह आणि डाव जिंकू शकतो आणि शेवटी जर (१४) ..., सी × बी ५, (१५) उं × बी ५ शह आणि शेवटी डाव जिंकू शकतो.

१४) ..., **उं-डी ८;**

१५) ह × डी ८ +! **व × डी ८;**

१६) घो-सी ७ +, **काळा राजीनामा देतो.**

कारण जर, (१६)..., रा-ई ७, (१७) उं-ए ३ शह, मात होते.

◎

डाव (सापळा) क्र. १५

फिलिडोअरचा बचाव

पॅरिस (१९३८)

पांढरी	काळी
बनेस्टीनी	*टार्टाकोव्हर*
१) ई ४	ई ५;
२) घो-एफ ३,	डी ६;
३) डी ४,	घो एफ ६
४) डी × ई ५,	घो × ई ४;
५) उं-सी ४	...;

पुढे व-डी ५ ही चाल करून, पांढरा, दुहेरी जोरात हल्ला चढविण्याची दहशत देऊ शकतो, तेव्हा (५)..., सी ६ ही चाल करून सुरक्षित बचाव करता येतो.

५) ..., **उं-ई ६;**

काळ्याने धाडशी मार्ग स्वीकारला आहे. पांढऱ्याला मोठ्या मुष्किलीने एक प्यादे

मारता येते.

६) उं × ई ६, एफ × ई ६;

७) व ई २, डी ५;

८) व-बी ५ + घो-सी ६;

दिसते त्यापेक्षा दडले आहे जास्त, हिकमती चाल आहे मस्त! उदा. जर (९) व × बी ७?, घो-बी ४; (१०) व-बी ५ +, सी ६; (११) व-ए ४, घो सी ५; (१२) व × बी ४; घो-डी ३ + आणि मग काळा पुढील चालीत पांढरा वजीर मारू शकतो.

९) घो-डी ४, व-डी ७;

१०) व × बी ७? ...,

पांढऱ्याच्या (१०) व × बी ७ प्या, ह्या चालीनंतरची स्थिती आकृती १५ मध्ये पाहा.

डाव (सापळा) क्र. १५ वरील प्रश्नांची उत्तरे

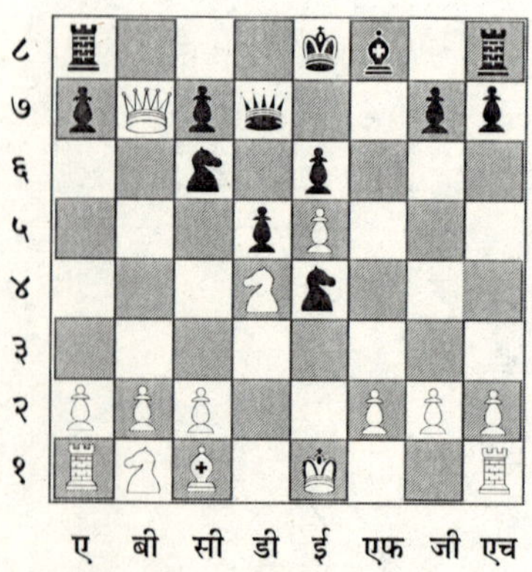

आकृती क्र. १५

उत्तर : काळा पुढीलप्रमाणे पाच चाली करून डाव जिंकतो.

पांढरी	**काळी**
१०) ...,	**उं-बी ५ +!**
११) सी ३,	**...,**

आता काळ्याची तीन बुद्धिबळे हल्ल्यात सापडली आहेत.

११) ..., घो × डी ४ !!

पांढऱ्याला अतिअल्प पर्याय राहतो. कारण, जर (१२) सी × बी ४, ०-० अशा खेळ्या झाल्या असत्या, तर पुढे काळा निर्णायक दहशती देऊ शकतो.

१२) व × ए ८ +, रा एफ ७

१३) व × एच ८, व बी ५ !

१४) पांढरा राजीनामा देतो.

कारण पांढऱ्याला ..., व-ई २ मात या काळ्याच्या निर्णायक चालीला उत्तर देता येत नाही.

दोन्ही हत्तींचे सयुक्तिक बलिदान कधीही वाया जात नाही. फुकटात मिळणारा हा वस्तुनिष्ठ लाभ मिळविण्यासाठी पांढऱ्याने हट्टीपणाने वजीराच्या चुकीच्या खेळ्या

केल्यात आणि शेवटी त्याला हार खावी लागली. उगाच 'प्रहार' करण्याआधी त्यामध्ये 'हार' शब्द आहे हे नेहमी ध्यानात ठेवावे.

◎

डाव (सापळा) क्र. १६

स्कॉचचे आमिष

व्हिएन्ना (१८६०)

पांढरी	काळी
रेनर	*स्टेनीझ*
१) ई ४,	ई ५;
२) घो-एफ ३,	घो-सी ६;
३) डी ४,	ई × डी ४;
४) उं-सी ४,	उं-सी ५;
५) ०-०,	डी ६;
६) सी ३	उं-जी ४;

काळ्याची वरील सहावी खेळी (६)... डी × सी ३ या चालीहून जोरकस आहे. कारण अशी खेळी केल्यास (७) घो × सी ३ ही चाल करून, पांढऱ्याला प्याद्याच्या मोबदल्यात चांगला पुढाकार मिळू शकतो.

७) व-बी ३,	उं × एफ ३;

या चालीतून उद्‌भवणाऱ्या संभाव्य गुंतागुंतीचे भय, काळ्याला वाटत नाही.

८) उं × एफ ७ +,	रा एफ ८;
९) उं × जी ८,	ह × जी ८;
१०) जी × एफ ३,	जी ५ !

किल्लेकोटातील राजावर हल्ला करण्याची मनीषा काळा करतो.

११) व-ई ६	घो-ई ५;
१२) व-एफ ५ +,	रा-जी ७;
१३) रा-एच १,	...,

येथे (१३) उं × जी ५ ही चाल चुकीची झाली असती. कारण (१३)..., रा-एच ८! (१४) एच ४, एच ६ आणि मग उंट मारता येतो.

१३) ...,	रा-एच ८;
१४) ह-जी १,	जी ४ !

आता जर (१५) एफ × जी ४, व-एच ४ आणि आघाडीवर मोर्चा धरून बसलेल्या काळ्या मोहोऱ्यांना, निर्णायक चढाई करण्याची आयती पर्वणी मिळते.

१५) एफ ४ — **घो-एफ ३**

१६) ह × जी ४ — **...,**

पांढऱ्याच्या (१६) ह × जी ४ या खेळीनंतरची स्थिती आकृती १६ मध्ये दाखविली आहे, ती पाहा :

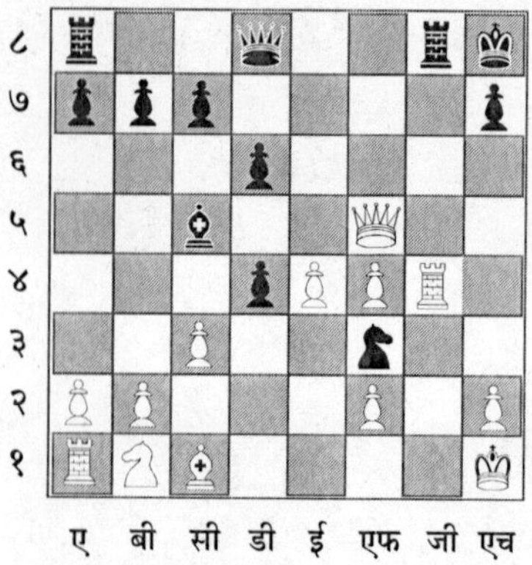

आकृती क्र. १६

डाव (सापळा) क्र. १६ वरील प्रश्नांची उत्तरे

उत्तर क्र. १ : पांढरा डाववाढीमध्ये खूप मागे पडला आहे. डाव संपेपर्यंत पांढऱ्याच्या वजीराकडील तिन्ही मोहोरी आणि दोन प्यादी स्वगृहातच खितपत पडली आहेत. ती निष्क्रिय आहेत, त्यामुळे ती त्यांच्या राजाचा बचाव करण्यास असमर्थ आहेत.

उत्तर क्र २ : पांढऱ्याला संभ्रमात टाकणारी हुकमी हिकमती चाल, काळा करतो. उदा.

१६) ..., — **व-एच ४ !**

आता जर (१७) ह × एच ४, ह-जी १ मात होते.

१७) ह-जी २, — **व × एच २ शह !**

१८) ह × एच २, — **ह-जी १ मात करतो.**

अशा रीतीने, धडाडीने चढाई करून काळा, शेवटी डाव जिंकतो.

◎

डाव (सापळा) क्र. १७

चार घोड्यांचा डाव

वार्शा (१९१७)

पांढरी — **काळी**

बेलसीझमन — ***रुबेन स्टीन***

१) ई ४, — **ई ५;**

२) घो-एफ ३, **घो-सी ६;**

३) घो-सी ३, **घो-एफ ६;**

४) उं-बी ५, **घो-डी ४!;**

..., उं-बी ४, ही चाल करून, कंटाळवाणी सामान्य स्थिती उत्पन्न करण्याचा काळ्याचा उद्देश नाही. आता काळ्याच्या वरील चौथ्या खेळीला पांढऱ्याने (५) घो × ई ५ ही खेळी करून उत्तर दिले तर काळा, (५)..., व-ई ७, (६) एफ ४, घो × ई ४, (७) घो × ई ४, डी ६; अशा खेळ्या करून, तो डाव चांगल्या रीतीने खेळू शकतो.

५) उं-सी ४, **उं-सी ५;**

६) घो × ई ५, **व ई ७!;**

फसवी चाल आहे, पांढऱ्याने जर, (७) उं × एफ ७ + शह, ही चाल केली तर काळा, (७) ...,रा-डी ८ ही खेळी करून पुढे, तो पांढऱ्याचे एक मोहोरे मारू शकतो. आणि समजा, जर (७) घो × एफ ७, डी ५; (८) घो × एच ८, डी × सी ४ आणि पुढे तो, काळा घोडाही मारू शकतो.

७) घो-डी ३ ?

ही डाववाढ रोखणारी घोड्याची चाल घोड्यालाही निरुपयोगी करते, त्याशिवाय व प्याद्याची वाट रोखल्याने व उंटाचाही कोंडमारा करते. येथे (७) घो-एफ ३ ही चाल ठीक वाटते.

..., **डी ५!**

प्याद्याच्या या अनपेक्षित घुसखोरीतून पुढीलप्रमाणे खेळ्या होण्याचा संभव आहे. उदा. (८) घो × सी ५?, डी × सी ४ ! परंतु अशा रीतीने पुढे आलेल्या पांढऱ्या घोड्याची घोडदौड चुकीची ठरते.

८) घो × डी ५, **व × ई ४+;**

९) घो-ई ३, **उं-डी ६;**

१०) ०-०, **बी ५ !;**

प्याद्याच्या मोबदल्यात, काळा उत्कृष्ट डाववाढ साधतो, यामधूनच पुढे तो ..., उं-बी ७ ही विद्युत चढाईखोर चाल करू शकतो.

११) उं-बी ३, **उं बी ७!**

१२) घो-ई १, **व-एच ४!**

..., व × एच २ प्या मातची दहशत घेऊन, काळा, पांढऱ्याची प्यादी रचना कमकुवत करू शकतो, त्यामुळे पांढऱ्याच्या किल्लेकोटातील आंतरगोटावर होणाऱ्या, काळ्या उंटाच्या दुहेरी माऱ्यातील प्रहारशक्ती प्रखर होते. तसेच, चढाईच्या नव

मार्गाची संधी काळ्याला मिळते.

१३) जी ३, व-एच ३;

१४) सी ३, ...,

पांढऱ्याच्या चौदाव्या खेळीनंतरची स्थिती आकृती १७ मध्ये दाखविली आहे, ती पाहा.

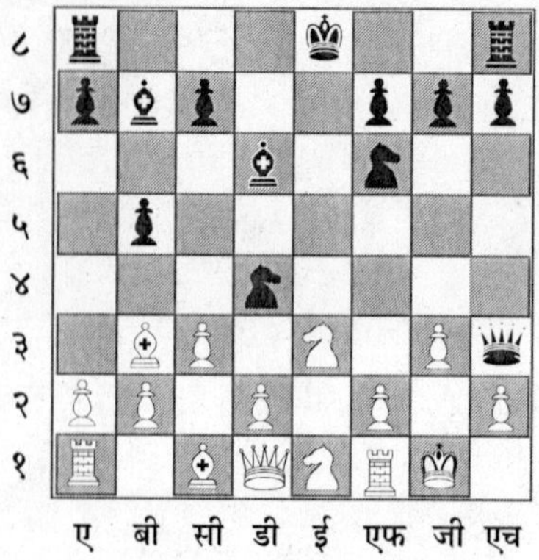

आकृती क्र. १७

डाव (सापळा) क्र. १७ वरील प्रश्नांची उत्तरे

किल्लेकोटात असूनही पांढरा राजा सापळ्यात अडकला आहे. कारण काळी मोहोरी, सुसंघटित होऊन चढाई करण्यासाठी सिद्ध झाली आहेत. याउलट पांढरी मोहोरी पिछाडीला अडकून पडल्याने ती पांढऱ्याला राजाचा बचाव करण्यास असमर्थ आहेत.

प्यादे हल्ल्यात सापडलेल्या काळ्या घोड्याला वाचविण्याच्या भानगडीत न पडता काळा बेधडक पुढची चाल करतो.

१४) ..., एच ५!!

पुढे, मोकळी होऊ शकणारी एच पट्टी निर्णायक ठरते.

१५) सी × डी ४ एच ४!

..., एच × जी ३ ही चाल करून, काळा विद्युत चढाई करण्याची दहशत देतो. तेव्हा हा संभाव्य हल्ला परतविण्यासाठी पांढऱ्याने दुसऱ्या रांकेत बचाव फळी निर्माण करण्याचा प्रयत्न करावा परंतु तो प्रयत्नही फोल ठरतो. उदा : (१६) एफ ३, एच × जी ३, (१७) व-ई २, जी × एच २ + (१८) रा-एच १, घो-एच ५! (पुढे ..., घो-जी ३ मातची दहशत देतो) (१९) घो-एफ ५ काटशह, रा-एफ ८; (२०) ह-एफ २, ह-ई ८; (२१) व एफ १, ह × ई १, (२२) व × ई १, व × एच २ शह ! (किंवा (२२) ..., उं × एफ ३ शह,) (२३) ह × एच २, उं × एच २ मात होते.

१६) व-ई २ व × एच २ +!

१७) रा × एच २, एच × जी ३

१८) रा-जी १ ह-एच १ मात होते.

◎

डाव (सापळा) क्र. १८

स्कॉच गेम

पांढरी	काळी
डेलपार	*लिव्शुएटझ्*
१) ई ४,	ई ५;
२) घो-एफ ३,	घो-सी ६;
३) डी ४,	ई × डी ४;
४) घो × डी ४,	घो-एफ ६;
५) घो × सी ६,	बी × सी ६;
६) उं-डी ३,	डी ५;

यापुढे साधारणपणे (७) ई × डी ५, सी × डी ५ अशा खेळ्या होऊ शकतात, परंतु याहून जास्ती मिळविण्याची खटपट पांढरा करतो, परंतु त्याच्या पदरी मात्र थोडे पडते.

७) ई ५,	घो-जी ४;
८) ०-०,	...,

आणि दोन्ही खेळाडूंच्या लक्षात येते की, ८) ..., घो × ई ५ ही खेळी केली गेली तर, एक बुद्धिबळ दल मारले जाते. उदा. ९) ह-ई १, उं-डी ६ (किंवा ९)..., एफ ६, (१०) एफ ४ वगैरे.

८) ...,	उं-सी ५;

डाववाढीच्या दृष्टीने उपयुक्त चाल आहे, कारण, ही चाल, एफ ४ ही खेळी करण्यास पांढऱ्याला मना करते, तसेच ह-ई १, ही चाल करण्यास तात्पुरते बंधन आणते, आता पांढरा ९) उं-एफ ४ ही चाल करून प्याद्याला जोर करू शकतो परंतु काळा, ९) ..., जी ५, १०) उं-जी ३, एच ५! अशा चाली करून तात्काळ पुढावा मिळवू शकतो.

९) एच ३,	घो × ई ५!;
१०) ह ई १,	व एफ ६!;

येथे..., एफ ६, ही कंटाळवाणी खेळी करण्याऐवजी, काळ्याने खोल विचार करून सापळा टाकला आहे!

११) व-ई २ (क)	०-०!

या खेळीनंतरची स्थिती आकृती क्र. १८ मध्ये पाहा.

डाव (सापळा) क्र. १८ वरील प्रश्नांची उत्तरे

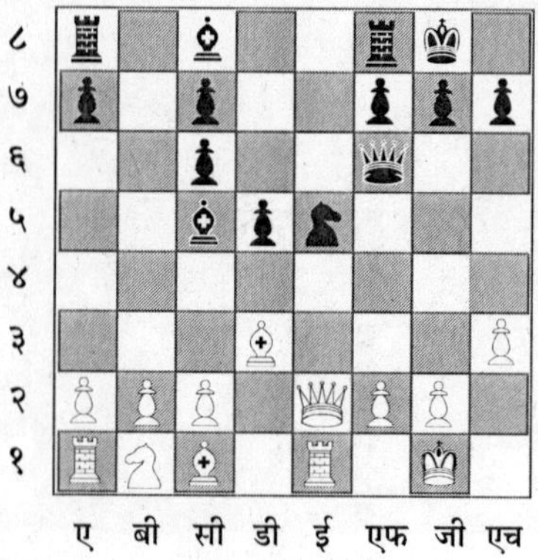

आकृती क्र. १८

उत्तर (क) : दोन जोरात काळा घोडा मारण्याची दहशत पांढऱ्याने दिली आहे, परंतु ती कागदी वाघाची धमकी समजून, काळा धडाडीने खेळतो.

उत्तर क्र. १ (ख) :

१२) व × ई ५, व × एफ २+!

आता पांढऱ्याने जर १३) रा-एच २, ही चाल केली तर काळा (१३) ..., उं-डी ६, ही चाल करून पांढरा वजीर ईरेस धरून मारू शकतो म्हणून पांढऱ्याला पुढील खेळी सक्तीने करावयास लागते.

१३) रा-एच १,	**उं × एच ३!;**
१४) जी × एच ३,	**व-एफ ३ +;**
१५) रा एच २,	**उं-डी ६;**
१६) व × डी ६,	**व एफ २ +!;**

पांढरा राजीनामा देतो.

कारण वजीर मारण्याआधी काळा पुढील खेळीत हत्ती मारून शह देऊ शकतो. पुढे तो वजीर मारून डावावर पूर्ण कब्जा मिळवितो आणि अंती डाव जिंकू शकतो. आ. १८ वरून दिसून येईल की पांढऱ्या वजीराच्या बाजूकडील सर्व मोहोरी आणि प्यादी त्यांच्या स्वगृहात आहेत, निष्क्रिय आहेत. यामध्येच काळ्याची हुशारी दिसून येते.

डाव (सापळा) क्र. १९

स्कॉचचा डाव

पॅरिस (१८८८)

पांढरी	काळी
फ्रेझर	*टायबेनस*
१) ई ४,	ई ५;
२) घो-एफ ३,	घो-सी ६;

३) डी ४, ई × डी ४;

४) घो × डी ४, व-एच ४;

सुरुवातीच्या चालीत, अकाली बाहेर काढलेल्या वजीराची चाल शक्यतो टाळावी, कारण अशा अपक्व डाववाढीने विरोधी लहान मोहोऱ्यांना, वजीरावर हल्ला चढवून, डाववाढ करण्याची आयती संधी मिळते.

५) घो-सी ३, घो-एफ ६?;

ही डाववाढीची चाल आहे खरी, परंतु ती अकाली आणि घातकी आहे.

येथे, ५)..., उं-सी ५; ही चाल हिकमती ठरली असती. कारण पुढे ५)..., व × ई ४ शह ही धमकी देता आली असती आणि अकाली बाहेर काढलेल्या वजीराच्या चालीला पूरक ठरली असती.

६) घो-एफ ५, व-एच५?;

काळ्याच्या ६)..., व-एच ५? या खेळीनंतरची स्थिती आकृती क्र. १९ मध्ये दिली आहे, ती पहा.

प्रश्न १ : चुकीच्या सहाव्या खेळीऐवजी समयोचित कोणती चाल करून काळा त्याचा डाव सावरू शकतो ते सांगा.

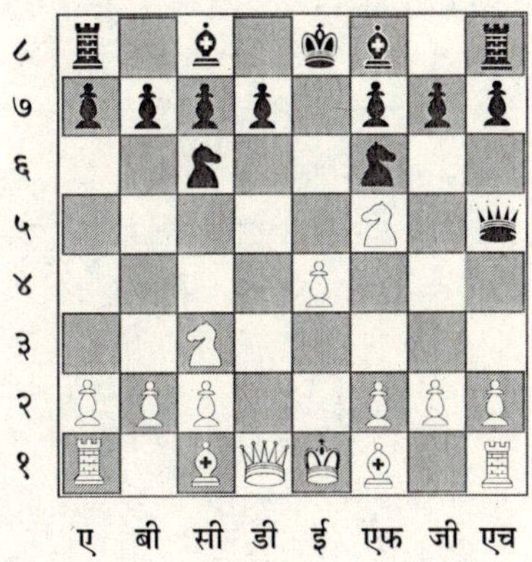

आकृती क्र. १९

डाव (सापळा) क्र. १९ वरील प्रश्नांची उत्तरे :

उत्तर क्र. १ : अशा परिस्थितीतही काळा, (६)..., व-जी ४ ही खेळी करून त्याचा डाव काही वेळ सावरू शकला असता.

पांढरा, पुढीलप्रमाणे दोन चाली करून काळ्या वजीराला सापळ्यात पकडतो. उदा :

७) उं-ई २, व-जी ६;

८) घो-एच ४, काळा डाव सोडून देतो, कारण अगदी सुरुवातीच्या चालीतच, त्याच्या वजीराला सुरक्षित असे पलायन घर राहत नाही. काळा वजीर सापळ्यात अडकतो.

◎

डाव (सापळा) क्र. २०

तीन घोड्यांचा सापळा

व्हिएन्ना (१९१४)

पांढरी	काळी
रेटी	*ढुकेलब्लम*
१) ई ४,	ई ५;
२) घो-सी ३,	घो-सी ६;
३) घो एफ ३,	उं-सी ५;

सारखेपणा आणणारी (३)..., घो-एफ ६ ही खेळी करून, डाव कंटाळवाणा होण्याचे काळा टाळतो. परंतु..., उं-सी ५ ही चाल त्याला अंती गोत्यात आणणारी आहे.

४) घो × ई ५,	घो × ई ५;
५) डी ४,	उं × डी ४?;

(येथे याहून (५) ...; उं-डी ६, (६) डी × ई ५, उं × ई ५, वगैरे चाली सरस होत्या.)

६) व × डी ४,	...;

आता माऱ्यात सापडलेला घोडा हलविता येत नाही, तसेच..., एफ ६ ही घोड्याला जोर करणारी चाल करणे इष्ट ठरत नाही. तेव्हा काळ्याने निराळीच चाल केली, परंतु ती त्याच्या अंगाशी येते.

६) ...,	व-एफ ६; (अ)

आकृती क्र. २० पाहा.

प्रश्न क्र. २ : डावाचे वैशिष्ट्य थोडक्यात सांगा.

डाव (सापळा) क्र. २० वरील प्रश्नांची उत्तरे

उत्तर क्र. १ (अ) : पांढरा वजीर मारण्याचा सुप्त हेतू मनात बाळगून काळ्याने ही खेळी केली आहे, उदा.

(७) ..., घो-एफ ३ +; (८) जी × एफ ३, व × डी ४

काळ्याचा हा हेतू जाणूनही, पांढरा (७) घो-बी ५, ही बचावात्मक आणि पुढे काळ्या राजाला शह देऊन ए ८ चा हत्ती मारण्याची अशी, द्विघाती आक्रमक चाल करून काळ्यावर डाव उलटवितो.

उत्तर क्र. २ : पांढरा पुढीलप्रमाणे चाली करून काळ्याला आठव्या खेळीवर सक्तीने डाव सोडवायला लावतो. उदा.

७) घो-बी ५!! रा-डी ८;
८) व-सी ५! काळा राजीनामा देतो.

कारण (९) व-एफ ८ मात.

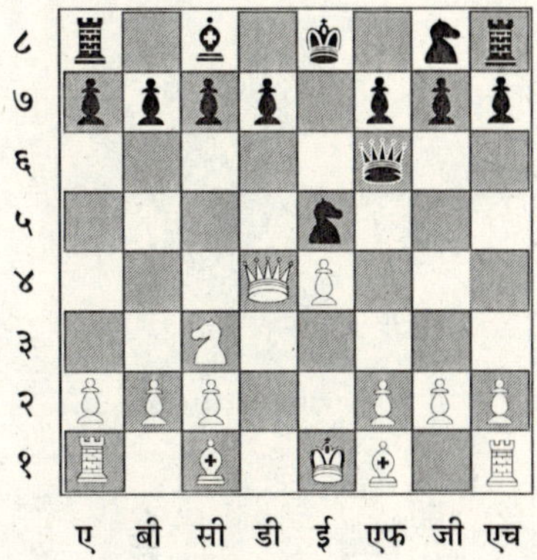

आकृती क्र. २०

उत्तर क्र. २ : एका बुद्धिबळ दलाने, विरोधी दोन बुद्धिबळ दलांवर विद्युत्‌गतीने, एकाच वेळी चढविलेला द्विघाती हल्ला म्हणजे बुद्धिबळ खेळातील विजिगिषू आक्रमक पवित्रा होय. द्विघाती हल्ला अत्यंत प्रखर असा सुप्त चढाईचा यशस्वी डावपेच आहे. हे अघोरी तंत्र योग्य समयी वापरून, केवळ आठव्या खेळीत, पांढऱ्याने विरोधकाला सक्तीने राजीनामा देण्यास लावण्यात खरी शहामत आहे.

◎

डाव (सापळा) क्र. २१

ग्युको पियानो

ब्रेस्लाव (१९०९)

पांढरी	**काळी**
ए. लाष्कर	***ई. लाष्कर***
१) ई ४,	**ई ५;**
२) घो एफ ३,	**घो-सी ६;**
३) उं-सी ४,	**घो एफ ६;**
४) डी ३,	**उं-सी ५;**
५) उं-जी ५,	**डी ६;**
६) एच ३,	**उं-ई ६;**
७) उं बी ५,	**ए ६;**
८) उं × सी ६ +,	**बी × सी ६;**

आतापर्यंत (संथ) डावाच्या सुरुवातीच्या नावाप्रमाणे, डाव जागला आहे शांत सागराप्रमाणे – आता पाहा ह्या शांत सागरातील वडवानल कसा उफाळून येतो तो!

९) डी ४, ई × डी४;

१०) घो× डी ४, उं × डी ४;

११) व × डी ४, सी ५;

१२) व-सी ३ ? (क) ...,

आकृती क्र. २१ पाहा.

डाव (सापळा) क्र. २१ वरील प्रश्नांची उत्तरे

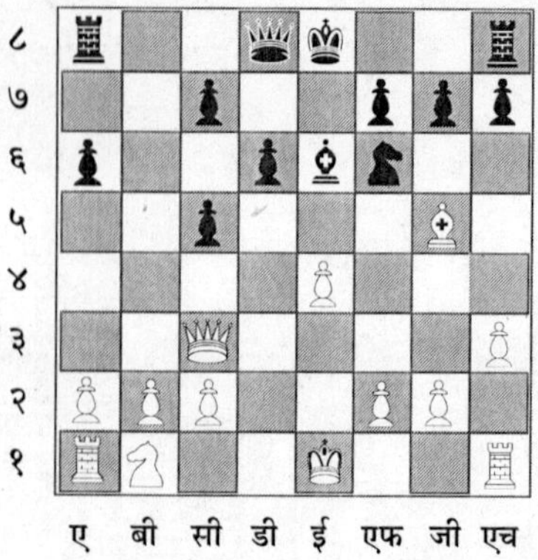

आकृती क्र. २१

उत्तर क : पुढे उद्‌भवणारी गुंतागुंत टाळण्यासाठी (१२) व-ई ३, ही चाल डावातील (१२) व्या चालीहून सरस वाटते.

उत्तर क्र. २ : काळा, बिनजोर प्याद्याला, घोड्याने मारून पांढऱ्या वजीरावर आणि उंटावर द्विघाती हल्ला चढवतो.

१२) ..., घो × ई ४!

१३) व × जी ७ ...,

येथे (१३) उं × डी ८, घो × सी ३, या पर्यायी चालीमुळे पांढरा एका प्याद्याला मुकतो.

१३) ..., व × जी ५!!

१४) व × एच ८ +, रा-डी ७;

१५) व × ए १ व-सी १ शह,

अशा रीतीने काळ्याने दोन्ही हत्तींचे बलिदान का केले असेल ते आता दिसून येईल. तो निर्वाणीचा हल्ला करून मात करू शकतो.

१६) रा-ई २, व × सी २ शह !

१७) रा-ई ३, व × एफ २ +

आता जर, (१८) रा × ई ४, उं-एफ ५ +, (१९) रा-डी ५, व-डी ४ शह मात होते.

१८) रा-डी ३, सी ४ शह.

१९) रा × ई ४, एफ ५ शहाने प्यादे मात होते.

उत्तर क्र. ३ : उत्कृष्ट शेवट आहे. दोन्ही हत्तींच्या बलिदानाचा हेतू स्पष्ट आहे. हत्तींना मारण्याच्या भरात, हरणाऱ्याचा वजीर, प्रत्यक्ष रणक्षेत्र सोडून, पटाच्या एका कोपऱ्यात जाऊन फसतो, आणि त्याच्या राजाच्या बचावाच्या दृष्टीने तो कुचकामाचा ठरतो.

◎

डाव (सापळा) क्र. २२

रूय लोपेझ

बुडापेस्ट (१९२६)

पांढरी	**काळी**
येट्स्	***रुबिन्स्टाईन***
१) ई ४,	**ई ५;**
२) घो एफ ३,	**घो-सी ६;**
३) उं-बी ५,	**ए ६;**
४) उं-ए ४,	**घो-एफ ६;**
५) व-ई २,	**बी ५;**
६) उं-बी ३,	**उं-सी ५;**

काळ्याने आकर्षक डाववाढ साधली आहे. कारण..., उं-ई ७ या नेहमीच्या रूढ चालीपेक्षा त्याची ही चाल चढाईखोर वाटते. परंतु ह्यामध्ये पुढीलप्रमाणे संभाव्य धोका जाणवतो. सी ५ मध्ये उघड्यावर आणलेल्या या उंटावर (प्यादे) हल्ला झाल्यास, त्याला माघारी हलविणे भाग पडते. तेव्हा तो निष्क्रिय होण्याचा संभव आहे. आणि याहूनही, घोडा इरेस धरण्यासाठी केलेली उं-जी ५ ही पांढऱ्याची संभाव्य चाल जास्ती धोकादायक ठरते.

७) सी ३,	**व-ई ७;**
८) ०-०,	**डी ६;**
९) ह-डी १,	**०-०;**
१०) डी ४,	**...;**

आता वर सहाव्या खेळीवर दिलेल्या टिपेचे प्रत्यंतर येते. काळ्याचा चढाईखोर उंट वस्तुत: निष्क्रिय झाला आहे.

१०) ...,	**उं-बी ६;**
११) उं-जी ५,	**घो-डी ८;**

आकृती क्र. २२ पाहा.

डाव (सापळा) क्र. २२ वरील प्रश्नांची उत्तरे

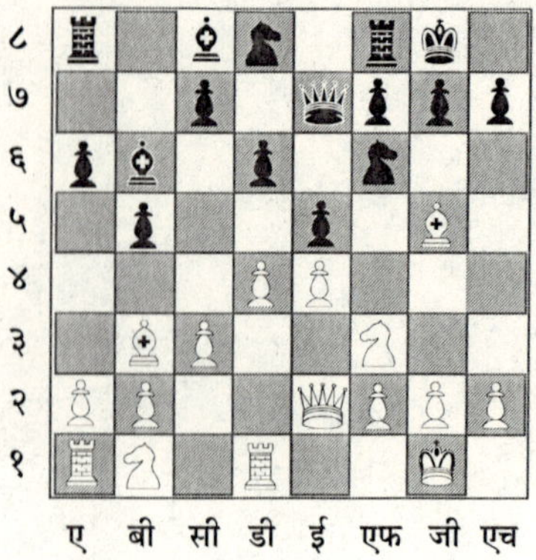

आकृती क्र. २२

उत्तर : पांढऱ्याने सापळा टाकला आहे. काळ्याची (११) ... घो-डी ८ ही घोडचूक आहे. येथे त्याने (११) ... एच ६ ही चढाईखोर चाल करून घोडा इरेस धरणाऱ्या उंटाला एच ४ मध्ये जाण्यास भाग पाडावयाला हवे होते, त्यामुळे पांढऱ्याला घो-एच ५ ही चाल करणे अशक्य झाले असते.

उत्तर : पांढरा पुढीलप्रमाणे चाली करून काळ्याला डाव सोडावयास भाग पडतो. उदा.

(१२) घो-एच ४!

काळ्याच्या घोडचुकीचा फायदा, पांढऱ्याने पुढे घोडदौड करून घेतला आहे. कारण आता जर काळ्याने (१२) ... एच ६ ? ही चाल केल्यास पांढरा (१३) घो-जी ६ ! ही द्विघाती चाल करू शकतो.

(१२) ..., **घो-ई ६?**

काळ्याची ही हाराकिरी आहे. कारण ऐन रणधुमाळीत, पांढरा घोडा उडी घेऊन काळ्याला सळो की पळो करू शकतो.

(१३) घो-एफ ५, **...;**

आता काळ्याने जर (१३) ..., व डी ८ ही खेळी केल्यास पांढरा (१४) उं (बी ३) × ई ६!, एफ × ई ६ (१५) घो ×जी ७!, रा × जी ७ (१६) डी × ई ५ आणि दुहेरी ईरच्या कैचीत काळ्याचा गळा आवळला जातो.

(१३) ..., **व-ई ८;**

काळा ईर टाळतो परंतु पराभव टाळू शकत नाही.

(१४) उं (जी ५) × एफ ६, **जी × एफ ६**

(१५) उं × ई ६, **काळा राजीनामा देतो.**

कारण (१५) ..., एफ × ई ६, (१६) व-जी ४ + आणि मात टाळण्यासाठी काळ्याला (१६) ..., व-जी ६, ही चाल करणे भाग पडते, तेव्हा (१७) घो-ई ७ शह असा द्विघाती हल्ला चढवून काळा वजीर मारून पांढरा पुढे डाव जिंकू शकतो.

उत्तर ३ : ह्या डावावरून एक अनुत्तरणीय समस्या प्रत्यक्ष अनुभवास येते, ती म्हणजे नावाजलेल्या बुद्धिबळपटूलाही केवळ १५ व्या खेळीत डावाचा राजीनामा देणे भाग पडते हीच ती अनुत्तरणीय समस्या होय.

ह्या डावामध्ये, सुरुवातीस काळ्याची स्थिती समाधानकारक असते. परंतु चुकीच्या चालीमुळे त्याचा डाव इतका कोसळतो की तो सावरण्यासाठी त्याला चांगली चाल करण्यास वावच मिळत नाही.

◎

डाव (सापळा) क्र. २३

रूय लोपेझ

साऊथ पोर्ट (१९२४)

पांढरी	**काळी**
अॅटकीन्स	*गिबसन*
१) ई ४,	**ई ५;**
२) घो-एफ ३;	**घो-सी ६;**
३) उं-बी ५,	**ए ६;**
४) उं ए ४,	**घो-एफ ६;**
५) ०-०,	**घो × ई ४;**

पुढे, काळ्याची प्यादी रचना कमकुवत होण्याला ही खेळी कारणीभूत होते.

६) डी ४,	**बी ५;**
७) उं-बी ३,	**डी ५;**
८) डी × ई ५,	**उं-ई ६;**
९) सी ३	**उं-ई ७;**
१०) उं-ई ३,	**०-०;**
११) घो (बी) डी २,	**एफ ५;**

ही चाल शंकास्पद आहे, कारण पांढऱ्याच्या उत्तरदायी खेळीने काळ्याची प्यादी रचना हदरून जाते, सद्य:स्थितीत ए २-जी ८ ह्या कर्णावर, पाणबुडीगत दबा धरून बसलेल्या पांढऱ्या उंटाच्या माऱ्यामध्ये येणाऱ्या काळ्या प्याद्याचा अडथळा आयताच बाजूला झाल्याने, त्यचाा टापेंडो रूपी मारा अधिक तीव्र आणि भेदक झाला आहे.

१२) ई × एफ ६ (वा. मा.),	**घो × एफ ६**

(येथे वा. मा. म्हणजे वाटमारीचे प्यादे)

१३) घो-जी ५	**उं-एफ ५? (क)**

काळ्याच्या १३ व्या चालीनंतरची स्थिती आ. १३ मध्ये पाहा.

डाव (सापळा) क्र. २३ वरील प्रश्नांची उत्तरे

आकृती क्र. २३

उत्तर क : काळ्याची ही घोडचूक आहे. कारण ही चाल त्याला सद्य:स्थितीत उपयुक्त नाही. त्याने (१३)..., व-डी ७ ही चाल सुरक्षिततेसाठी करून भक्कम बचाव फळी निर्माण करणे आवश्यक आहे.

१४) घो (डी २) ई ४ !!...

ह्या विस्मयकारक चालीने ए २-जी ८ ह्या कर्णावर असणारे काळे डी ५ चे प्यादे पांढऱ्या उंटाने इरेस धरल्याने काळ्याची स्थिती अनुकंपनीय होते.

१४) ..., **घो × ई ४,**

येथे काळ्याने जर (१४) ... उं × ई ४ ही चाल केली असती तर पांढरा (१५) घो × ई ४ ही चाल करून पुढे तो काळे 'डी ५' चे प्यादे मारू शकतो. आणि जर (१४) ..., घो × ई ४, (१५) उं × डी ५ +, रा-एच ८ (१६) उं × सी ६, अशा खेळ्या करून पांढरा फायदेशीर मारामारी करून स्थितिवाचक लाभ मिळवितो. **(१५) व × डी ५+, ...,** आता काळ्याने जशास तसे उत्तर देण्यासाठी (१५)..., व × डी ५ ही खेळी करणे इष्ट आहे. कारण (१६) उं × डी ५ +, रा-एच ८, मग (१७) घो × ई ४, चाल करून पांढरा त्याचे उद्दिष्ट गाठू शकतो. पण हे सारे लक्षात न घेता काळा पुढील चाल करून स्वत:च्या हाताने स्वत:ची कबर बांधतो.

१५) ..., **रा-एच ८??**

१६) व-जी ८+!! **ह × जी ८**

ही चाल काळ्यावर सक्तीने लादलेली आहे.

१७) घो-एफ ७ मात!

अशा रीतीने हत्तीला कुशीत घेऊन काळा राजा काळझोप घेतो.

उत्तर क्र. ३ (अ) : ह्या डावावरून एक गोष्ट ठळकपणे दिसून येते की, काळ्या प्यादी रचनेतील कमकुवतपणा वेळीच अचूकपणे ओळखून पांढऱ्याने समयोचित चाली करून उत्कृष्ट फायदा करून घेतला आहे. श्रेष्ठ बुद्धिबळपटू

फिलीडोर म्हणतो की 'प्यादी म्हणजे बुद्धिबळ खेळाचा आत्मा आहे. तेव्हा,

उत्तर ३ (ब) : 'प्यादी– डावाचा आत्मा' हे समर्पक शीर्षक या डावाला शोभून दिसते.

◎

डाव (सापळा) क्र. २४

रूय लोपेझ

न्यूरेंबर्ग (१८९२)

पांढरी	**काळी**
तराश	***टायबेन्हस***
१) ई ४,	**ई ५;**
२) घो-एफ ३,	**घो-सी ६;**
३) उं-बी ५,	**ए ६;**
४) उं-ए ४,	**घो-एफ ६;**
५) ०-०,	**घो × ई ४;**
६) डी ४,	**बी ५;**
७) उं-बी ३;	**डी ५;**
८) डी × ई ५,	**...,**

सर्वसाधारणपणे उं-ई ६ अशी ठरीव खेळी करून काळ्या डी ५ प्याद्याला जोर करतात. परंतु काळ्याने पुढील चाल केली –

८) ...,	**घो-ई ७? (क)**

डाव (सापळा) क्र. २४ वरील प्रश्नांची उत्तरे

उत्तर क : सुरुवातीच्या चालीत तेच ते (घोड्याचे) मोहोरे दोन वेळा हलवून काळ्याने, मूल्यवान वेळ दवडला आहे. तसेच आधी सुस्थितीत असलेला (उत्कृष्ट स्थानातील) घोडा, निकृष्ट जागेत हलविला आहे आणि त्याने एफ ८ च्या उंटाची डाववाढ रोखली आहे. अशा रीतीने काळ्याने एकाच चालीत तिप्पट घोडचूक केली.

उत्तर क्र. २ : पांढरा पुढीलप्रमाणे चाली करून काळ्याला सक्तीने डाव सोडावयास भाग पाडतो. उदा :

९) ए ४, **उं-ई ६;**

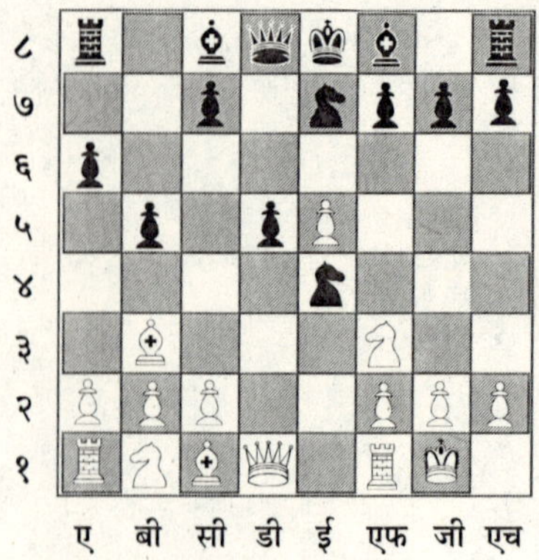

आकृती क्र. २४

१०) व-ई २, सी ६;

११) सी ३, घो-जी ६;

१२) घो-डी ४! ...,

काळ्या सी ६ प्याद्यावर, घोड्याने हल्ला चढवून, पांढरा, एफ २ प्याद्याची डाववाढ साधू पाहतो, आणि त्याच वेळी एफ प्यादे समर्थपणे पुढे चालवून, काळ्या बुद्धिबळदलांमध्ये गोंधळ माजवतो. आता हल्ल्यात सापडलेल्या प्याद्याला जोर देण्यासाठी काळ्याने जर १२)... व-डी ७ ही खेळी केली तर पुढे, १३) ए × बी ५, सी × बी ५ (१४) घो × बी ५ अशा खेळ्या होतात.

१२) ...	**उं-डी ७**
१३) ए × बी ५	**ए × बी ५**
१४) ह × ए ८	**व × ए ८**
१५) उं-सी २	**...**

पांढरे ई ५ चे प्यादे काळ्याला मारता येत नाही. कारण जर (१५) ... घो × ई ५? (१६) एफ ३ ही चाल करून पांढरा एक मोहोरे सहज मारू शकतो.

१५) ...	**घो-सी ५**
१६) एफ ४!	**उं-ई ७;**

काळा पुन्हा डाववाढ करण्याचा प्रयत्न करतो. परंतु बैल गेला आणि झोपा केला या म्हणीची तीव्र आठवण करून देतो.

१७) एफ ५!	**काळा राजीनामा देतो,**

काळ्याची ही अचानक शरणागती धक्कादायक आहे, परंतु त्याला तसेच कारण आहे. उदा. आता हल्ल्यात सापडलेला घोडा, काळ्याने जर एच ४ मध्ये हलविला तर पांढरा १८) जी ३ ही खेळी करून काळ्याचे एक मोहोरे सहज मारू शकतो आणि घोडा वाचविण्यासाठी त्याने जर तो माघारी हलविला उदा : (१७) ... घो-एफ ८, तर पांढरा (१८) एफ ६! ही चाल करून एक बुद्धिबळ दल मारतो. उदा. (१८) ..., उं डी ८, (१९) एफ × जी ७, किंवा (१८) जी ×एफ ६; (१९) ई × एफ ६ वगैरे अशा रीतीने निर्विवादपणे स्थितिवाचक लाभ (पोझिशनल अँडव्हान्टेज) मिळवून तो शेवटी डाव जिंकू शकतो.

उत्तर क. ३ : या डावास 'पुच्छ प्रगतीचा डाव' हे शीर्षक शोभून दिसते,

डावाच्या सुरुवातीला योग्य डाववाढ करण्याऐवजी काळा तिकडे दुर्लक्ष करतो, तशात सुस्थित असणाऱ्या मोहोऱ्यांना माघार घ्यावयास लावून बुडत्याचा पाय खोलात याला अनुसरून ती मोहोरी निकृष्ट स्थानात हलवितो. कारण दक्ष प्रतिस्पर्धी त्याला तसे सक्तीने हलवावयास भाग पाडतो. त्यामुळे त्याचा डाव आवळला जातो. अशी मोहोरी राजाचा बचाव करण्यास असमर्थ ठरतात. अंती त्याला हार खावी लागते, कारण एकच 'पुच्छ प्रगतीचा डाव' हे होय.

◎

डाव (सापळा) क्र. २५

रूय लोपेझ

ॲमस्टरडॅम (१९३३)

पांढरी	**काळी**
अलेखाइन	***मिडेनो***
१) ई ४,	**ई ५;**
२) घो एफ ३,	**घो-सी ६;**
३) उं-बी ५,	**डी ६;**
४) डी ४,	**ई × डी ४;**
५) व × डी ४,	**...**

या खेळीने वजीर समर्थपणे केंद्र घरात घुसतो आणि त्याच वेळी वजीराच्या बाजूच्या किल्लेकोटाची पूर्वतयारी करतो.

५) ...,	**उं-डी ७;**
६) उं × सी ६,	**उं × सी ६;**
७) घो-सी ३,	**घो-एफ ६;**
८) उं-जी ५,	**उं-ई ७;**
९) ०-०-०,	**०-०;**
१०) एच ४!	**एच ६;**

आकृती क्र. २५ पाहा.

डाव (सापळा) क्र. २५ वरील प्रश्नांची उत्तरे

उत्तर क्र. १ (अ आणि ब) : काळा राजा असुरक्षित आहे. कारण काळ्याने नुकतीच (१०)..., प्या-एच ६, ही चाल केली आहे. पांढऱ्या उंटाला हुसकवून

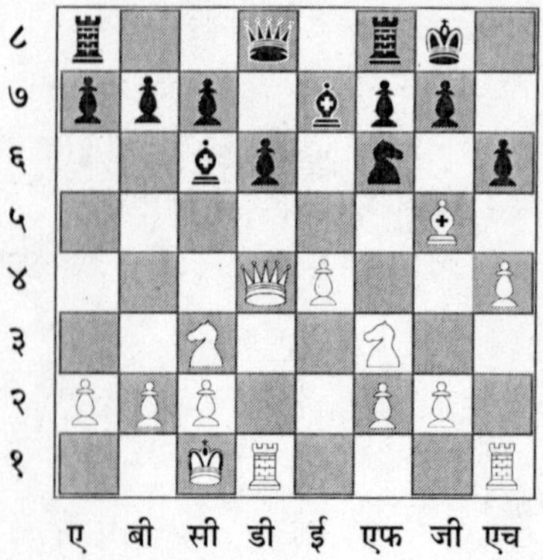

आकृती क्र. २५

लावण्यासाठीच काळ्याने एच प्यादे पुढे सारले आहे खरे, परंतु पांढरा त्या उंटाचे बलिदान करून 'एच' पट्टी मोकळी होण्याची वाट पाहात पाणबुडीगत दबा धरून बसलेला पांढरा हत्ती, काळ्या राजाच्या किल्लेकोटात थेट आतवर मुसंडी मारून, राजावर निर्णायक हल्ला चढवून अंती डाव जिंकू शकतो.

उत्तर क्र. २ : पांढरा पुढीलप्रमाणे चाली करून शेवटी डाव जिंकतो.

उदा :-

११) घो-डी ५ ...

ई पट्टी मोकळी करण्याचा संभाव्य हेतू मनात धरून केलेले हे एक हिकमती बलिदान आहे.

११) ..., **एच × जी ५?**

१२) घो × ई ७+! **व × ई ७**

१३) एच × जी ५, **घो × ई ४;**

येथे जर (१४) ..., व × ई ४; (१४) जी × एफ ६, व × डी ४, (१५) ह × डी ४ मग ह-एच ४ ही पांढऱ्याची पुढील चाल निर्णायक ठरते.

१४) ह-एच ५ ...

ह-एच ८ मात करण्याचा हेतू मनात धरून दोन्ही पांढरे हत्ती 'एच' पट्टीत आणण्यासाठी एच१-हत्ती वर ओढून डी १ हत्तीसाठी जागा मोकळी केली आहे. हा संभाव्य धोका जाणून राजाला पलायन घर निर्माण करण्यासाठी काळ्याला एफ पट्टीतील प्यादे पुढे सारावे लागेल.

१४) ..., **व-ई ६**

येथे जर, १४) ..., एफ ५ (१५) जी ६! आणि एफ ७ चे पलायन घर पांढऱ्या प्याद्याच्या माऱ्यात येते (अणि काळा राजा ठाणबंद होतो.)

१५) ह (डी १) एच १ **एफ ५**

राजा आता सुरक्षित आहे, असे काळ्याला वाटते कारण जर १६) जी ६, व × जी ६; (१७) व-सी ४ + तेव्हा काळा (१७)..., डी ५, ही खेळी करू शकतो. (परंतु त्याने (१७)..., ह-एफ ७?? किंवा १७)... व एफ ७?? अशा खेळ्या

करू नयेत कारण मग (१८) ह-एच ८ मात होते.)

१६) घो-ई ५!! ...

ही खेळी करून पांढरा १७) ह-एच ८ मातची धमकी देतो.

१६)... डी × ई ५

किंवा (१६) ... व × ई ५ (१७) व × ई ५, डी × ई ५ (१८) जी ६ खेळी करून सत्तीने मात करू शकतो.

१७) जी ६ ! काळा राजीनामा देतो.

कारण १७) ... व × जी ६ (१८) व-सी ४ शह, ही खेळी करून पांढरा पुढे सत्तीने मात करू शकतो.

या डावावरून दिसून येईल की जी ६ अणि घो-ई ५ या समयोजित आक्रमक चाली करून पांढऱ्याला मात करणे शक्य झाले.

◎

डाव (सापळा) क्र. २६

रूय लोपेझ

म्युनिच (१९४१)

पांढरी	**काळी**
रिश्टर	***कॉर्टलेव्हर***
१) ई ४,	**ई ५**
२) घो एफ ३,	**घो सी ६**
३) उं बी ५,	**ए ६**
४) उं ए ४,	**घो एफ६**
५) ०-०,	**घो × ई ४**
६) डी ४,	**बी ५**

आतापर्यंत सर्व सुरळीत झाले आहे कारण, सर्व चाली रुळलेल्या मार्गावरून झाल्या आहेत.

७) डी ५!? परंतु नेहमीच्या ठरीव ३ उं बी ३,

या खेळीऐवजी ही चाल विस्मयकारक आहे, काळ्याला हादरून सोडणारी आहे.

७) ...,	**घो ई ७**
८) ह ई १,	**घो सी ५?**

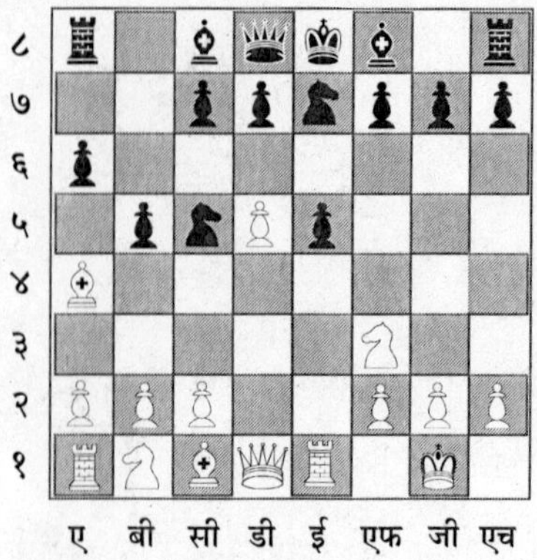

आकृती क्र. २६

डाव (सापळा) क्र. २६ वरील प्रश्नांची उत्तरे

(आकृती २६ पाहा.)

उत्तर क : चांगुलपणाचा अतिरेक दाखविणारी काळ्याची ही आठवी चाल आहे. सुरुवातीलाच त्याच त्या काळ्या घोड्याच्या, फुकट वेळ दवडणाऱ्या चालीत भर टाकणारी आडमुठी चाल आहे. येथे ८..., एफ ५, किंबहुना ८..., बी × ए ४; अशी चाल करून काळ्याने सुरक्षितपणे डाव खेळावयास हवा होता. काळ्याच्या या घोडचुकीने पांढऱ्याला प्रखर हल्ला करण्याची आयती संधी मिळते. उदा.

९) घो × ई ५,! ...,

ही एक हिकमती चाल आहे. हल्ल्यात सापडलेल्या पांढऱ्या उंटाला काळा आताच मारू शकत नाही आणि त्याने तो मारला तर पांढरा पुढीलप्रमाणे दहशती चाल करून डाव जिंकू शकतो. उदा. १० व एफ ३ : (ने मातची धमकी देतो.) १० ..., एफ ६; १२ व एच ५ शह, जी ६; १२ घो × जी ६; एच × जी ६; १३ व × जी ६ मात होते.

९) ..., **डी ६**

घातकी घोड्याला दूर हाकलण्यासाठी चाल केली आहे खरी, परंतु तो आहे त्याहून अतिधोकादायक स्थानात उडी घेतो.

१०) घो सी ६, ...,

'काटा'बाहेर काढताना, तो बाहेर निघण्याऐवजी खोलवर आतच रुतत जाऊन काळजाला भिडावा त्याप्रमाणे हा पांढरा घोडा शत्रूच्या आतील गोटात बेधडक उडी घेऊन द्विघाती हल्ला चढवितो. तो एकीकडे वजीरावर प्राणांतिक वार करतो तर दुसरीकडे इरेस पडून अर्धमेल्या काळ्या घोड्यावर आणखी एक फासा टाकतो.

१०) ..., **व डी ७**

११) उं जी ५ ! ...,

हत्तीने इरेस पकडलेल्या काळ्या घोड्यावर पांढरा घोडा आणि उंट शक्तिशाली हल्ला चढवितात. आता काळ्याने जर, ११..., एफ ६; मग पांढरा १२ उं × एफ ६, जी × एफ ६, १३ व एच ५ मात करतो.

११) ..., **व जी ४**

१२) व × जी ४ **उं × जी ४**

वजीरावजीरी करून दबाव नाहीसा करण्याचा काळ्याचा विचार आहे परंतु दुर्दैवाने तो चूक ठरतो.

१३) उं × ई ७ **घो × ए ४**

किंवा जर १३..., उं × ई ७, १८ ह × ई ७ शह, रा एफ ८; १५ उं बी ३. आणि पांढरा एक मोहोऱ्याचा वस्तुनिष्ठ लाभ मिळवून स्थितिवाचक लाभही मिळवितो.

१४) उं × डी ६ काटशह! **रा डी ७**

१५) उं × एफ ८, **काळा राजीनामा देतो.**

कारण ११..., ह × एफ ८, १६ घो ई ५ शह देऊन पांढरा एक मोहोरे सहज मारतो आणि अंती तो डाव सहज जिंकू शकतो.

काळ्याच्या बचाव फळीत गोंधळ माजविणारी पांढऱ्याची हुकमी विस्मयकारक हिकमत अंती त्याला फायदेशीर ठरते.

◎

डाव (सापळा) क्र. २७

रूय लोपेझ

व्हिएन्ना (१९११)

पांढरी	काळी
वुल्फ	*हॅस*
१) ई ४,	ई ५
२) घो एफ ३,	घो सी ६
३) उं बी ५,	घो एफ ६
४) ०-०,	घो × ई ४
५) डी ४,	घो डी ६
६) उं × सी ६,	बी × सी ६

याहून उत्तम म्हणजे ६..., डी × सी ६! (७) डी × ई ५, घो एफ ५, (८) व × डी ८ शह, रा × डी ८ काळा राजा मध्यावर असूनही सुरक्षित राहू शकेल, आणि अंतिम पर्वात त्याचे दोन उंट विरुद्ध, उंट आणि घोडा असा अंतिम साचा, डाव शेवटच्या दृष्टीने फायदेशीर झाला असता.

७) डी × ई ५, **घो बी ७**

दुस्थानात माघारी घेतलेला, दुर्दैवी घोडा, उर्वरित डावभर खुरमांडी घालून सचिंत बसतो.

८) घो सी ३, — उं ई ७
९) घो डी ४, — ०-०
१०) उं ई ३, — सी ५

यामुळे काळ्या प्याद्यांची कू-रचना, क्लिष्ट आणि निरुपयोगी बनते, त्याचा उपरिनिर्दिष्ट निष्क्रिय घोडा, "... घो सी ५" अशी चाल करून, डावात पुन्हा भाग घेऊ शकणार नाही. तसेच सद्य:स्थितीत, 'डी ४' मधील पांढरा घोडा हाकलून दिल्याखेरीज, काळे डी ७ चे प्यादे पुढे चालविता येणार नाही.

११) घो एफ ५, — डी ६
१२) घो × ई ७ शह, — व × ई ७
१३) घो डी ५, — केंद्रस्थानात सुरक्षितपणे मोर्चा बांधून बसलेला हा पांढरा घोडा शक्तिशाली झाला आहे.

१३)..., — व डी ८
१४) व एच ५ — ह ई ८

डाव (सापळा) क्र. २७ वरील प्रश्नांची उत्तरे : आकृती क्र. २७ पाहा.

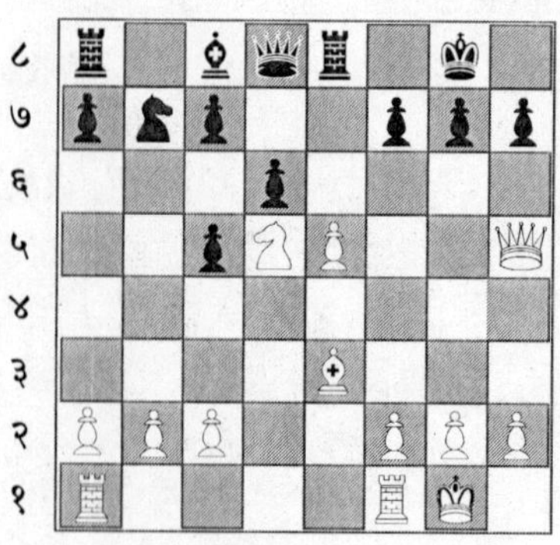

आकृती क्र. २७

उत्तर क्र. १ : बुद्धिबळाची संख्या दोन्ही बाजूंची सारखी आहे. दोघांनीही चौदा खेळ्या केल्या आहेत. असे असूनही पांढऱ्याने उत्कृष्ट स्थितिवाचक लाभ (पोझिशनल ॲडव्हान्टेज) मिळविला आहे. कारण, त्याची तीन मोहोरी उदा. घोडा, वजीर व उंट, सुस्थानात मोक्याची ठाणी बळकावून मोर्चा बांधून बसली आहेत. दोन्ही पां. हत्ती हालचाली करण्यास मोकळे झाले आहेत. याउलट काळ्याची स्थिती आहे. पुढे आलेला घोडा 'बी ७' मध्ये माघारी येऊन कुस्थानात खुरमांडी घालून, निष्क्रिय होऊन बसला आहे आणि वजीरही स्वगृहात परत येऊन सुस्कारे सोडीत बसला आहे.

पट मध्यावरील काळ्या प्याद्यांची कुरचना, निरुपयोगी आहे. थोडक्यात तुलनात्मक

दृष्टीने पांढऱ्या मोहोऱ्यांची सुयोग्य हालचाल करण्याची क्षमता, काळ्या मोहोऱ्यांहून कितीतरी पटीने जास्ती आहे.

उत्तर क्र. २ (अ, ब) : पांढऱ्याने पुढीलप्रमाणे आक्रमक चाली करून काळ्याला चीत केले आहे.

१५) उं जी ५! ...,

पुढील संभाव्य चाली लक्षात घेऊन प्याद्याचे चतुराईने केलेले बलिदान दिसून येईल.

१५) ..., **ह × ई ५**

या बलिदानातून पांढरा पुढे एक मोहोरे मिळवू शकतो, म्हणूनच पांढऱ्याने संभाव्य धोके अजमावून तसेच प्रत्यक्ष खेळी गणना करून पुढील चाली अती दक्षतेने करावयास हव्यात.

१६) ह एफ ई १ !

पहिला टप्पा : जर (१६) ..., ह × डी ५, मग (१७) उं × डी ८, ह × एच ५ (१८) ह ई ८ मात होते. किंवा १६..., ह × जी ५; (१७) व × जी ५!, व × जी ५; (१८) ह ई ८ मात होते.

१६) ..., **एफ ६**

१७) एफ ४! ...,

दुसरा टप्पा : जर (१७)..., ह × डी ५; मग पांढरा (१८) ह ई ८ शह देऊन सक्तीने मात करतो.

१७) ..., **जी ६**

शेवटी, एक मोहोरे मिळविण्याची खात्री काळ्याला वाटते?

१८) व एच ६, **ह × डी ५**

१९) उं × एफ ६, ...,

तिसरा टप्पा : जर (१९) ..., व × एफ ६ मग पांढरा (२०) ह ई ८ ने सक्तीने मात करतो.

१९) ..., **व एफ ८**

आता निर्णायक टप्पा येतो.

२०) ह ई ८!! **काळा राजीनामा देतो.**

कारण जर (२०)..., व × ई ८ (२१) व जी ७ मात होते. येथे काळ्या वजीराचे बाजूकडील, निष्क्रिय आणि आवळलेली स्थिती पाहा.

◎

डाव (सापळा) क्र. २८

रूय लोपेझ

प्राग (१९५१)

पांढरी	**काळी**
फिलिप	*हुस्कोवा-बेल्का*
१) ई ४,	**ई ५**
२) घो एफ ३,	**घो सी ६**
३) उं बी ५,	**डी ६**
४) डी ४,	**ई × डी ४**

काळ्याच्या या खेळीने, पांढरी बुद्धिबळे लवकरच चढाईखोर बनू शकतात. येथे काळ्याने केंद्र घरांवर तात्पुरता ताबा मिळविण्याच्या दृष्टीने ४..., उं डी ७; ५ घो सी ३; घो एफ६, वगैरे चाली करावयास हव्या होत्या.

५) घो × डी ४,	**उं डी ७**
६) उं × सी ६	**बी × सी ६**
७) घो सी ३,	**उं ई ७**
८) व एफ ३!	**उं जी ५ (क)**

डाव (सापळा) क्र. २८ ची उत्तरे : आकृती क्र. २८ पाहा.

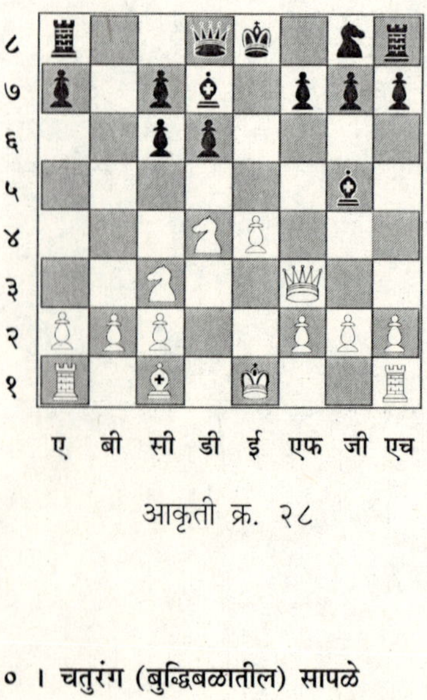

आकृती क्र. २८

उत्तर क : डाव साधा सरळ करण्याच्या काळ्याच्या ह्या निष्काळजी कमकुवत चालीने तो घोटाळ्यात पडतो. सुरुवातीच्या चालीत तेच ते (उंटाचे) मोहोरे त्याने हलवून वेळ फुकट दवडला आहे. त्यामुळे तो डाववाढीत मागे पडतो. येथे त्याने जी ८ मधला रा घोडा बाहेर काढून राजाच्या बाजूची किल्लेकोटाची तयारी करावयास हवी होती.

पांढरा पुढीलप्रमाणे आक्रमक चाली करून डाव जिंकतो. उदा :

९) ई ५, ...

काळ्यापुढे एक कठीण समस्या उभी

राहते, उदा. ९..., डी × ई ५; १० घो × सी ६ मग पांढऱ्याची डावावर पकड बसते. किंवा जर ९..., उं × सी १, १० ह × सी १, व जी ५; ११०-० आणि पांढऱ्याला भरभक्कम पुढावा मिळतो.

९) ... **डी ५?**

१०) ई ६! **काळा राजीनामा देतो.**

काळ्याचा राजीनामा हा निर्णय गमतीचा आणि विस्मयकारक वाटतो. पांढरा ११ व × एफ ७ मातची धमकी देतो, काळ्याने जर १०.., एफ × ई ६, मग ११ व एच ५ शह देऊन एक मोहोरे सहज मारू शकतो. आता समजा काळ्याने जर १०..., उं × ई ६ मग ११ घो × ई ६, एफ × ई ६ १२ व एच ५ शह देऊन पांढरा एक मोहोरे सहज मारू शकतो. अशा रीतीने वस्तुनिष्ठ लाभ आणि स्थितिवाचक श्रेष्ठता मिळवून पांढरा शेवटी डाव सहज जिंकू शकतो. हे संकट काळ्याने ८..., उं जी ५? व (९)... डी ५ ह्या चालींमुळेच स्वतःवर ओढवून घेतले. (आ. २८ समान) काही निर्धोक दिसणाऱ्या स्थितीतही छुपा शहरूपी सुरुंग ठासलेला असतो आणि शहाची बत्ती लागताच प्रतिस्पर्ध्याचा डाव उधळून लावतो. ह्या डावात पांढऱ्याने केलेली समयोचित आणि आक्रमक दहावी चाल निर्णायक ठरते.

या डावाला **'छुपा शह-सुरुंग'** हे शीर्षक समर्पक आहे.

◎

डाव (सापळा) क्र. २९

रूय लोपेझ

अँटवर्प (१९०१)

पांढरी **काळी**

फॉक्स ***एक खेळाडू***

१) ई ४, **ई ५**

२) घो एफ ३, **घो सी ६**

३) उं बी ५, **घो एफ ६**

४) ०-०, **घो × ई ४,**

असा जुना 'बर्लिन बचाव' सध्या अगदी क्वचितच आढळून येतो.

५) ह ई १, **...;**

येथे ५ डी ४, ही पर्यायी चाल, काळ्याला अडचणीत टाकू शकते.

५) ..., **घो डी ६!**

६) घो × ई ५, **उं ई ७**

परंतु केव्हाही ६..., घो × बी ५? ही चाल नको कारण, ७ घो × सी ६ काटशह देऊन काळा वजीर मारता येतो.

७) उं एफ १, **०-०**

८) डी ४, **घो एफ ५**

९) सी ३, **डी ५**

येथे काळा पुढील चाली करून डाव सोपा करू शकतो, ९..., घो × ई ५; १० डी × ई ५; डी ६;

१०) व डी ३, **ह ई ८**

११) एफ ४, **घो डी ६**

१२) ह ई ३, **घो ए ५?**

काळ्याची ही चाल कमजोर वाटते. ह्याहून १२..., उं एफ ५, पुढे उं ई ४ सरस होती.

१३) घो डी २ **घो एफ ५?**

१४) ह एच ३ **घो एच ४?**

पट मध्यावर व-उंट आणून त्याला कार्यप्रवृत्त करण्याऐवजी दोन्ही घोडे पटांच्या कडेपट्टीतील कुस्थानात हलविले आहेत.

१५) जी ४, **घो जी ६**

१६) ह एच ५, (क) **घो सी ६ (ख)**

आकृती क्र. २९

डाव (सापळा) क्र. २९ वरील प्रश्नांची उत्तरे.

आकृती क्र. २९ पाहा.

उत्तर क : १६ वी खेळी करण्यामागे व एच ३ ही चाल करून 'एच' पट्टीवर दबाव निर्माण करण्याचा पांढऱ्याचा सुप्त हेतू दिसून येतो.

उत्तर ख : काळ्याने १६..., घो सी ६; ही खेळी केल्याने पांढरा एक विद्युत चढाईची योजना आखतो आणि पुढीलप्रमाणे आक्रमक चाली करून डाव जिंकतो. उदा.

१७) घो डी सी ४!!, **...**

खोल विचार करून, केलेली विस्मयकारक हिकमती उत्कृष्ट चाल आहे. पुढे काय होणार याची कल्पना जर काळ्याला असती तर त्याने १७..., घो सी × ई ५; ही चाल करून पाहिली असती.

१७) ..., **डी × सी ४;**

१८) व × जी ६!! **...**

वजीराचे बलिदान वाया जाणार नाही. जर १८..., एफ × जी ६: मग, १९ उं × सी ४ शह, रा एफ ८; २० घो × जी ६ शह, एच × जी ६; २१ ह एच ८ मात होते.

१८) ..., **एच × जी ६;**

१९) घो × जी ६! **एफ × जी ६;**

(पांढरा २० ह एच ८ मातची धमकी देत होता.)

२०) उं × सी ४ शह **काळा राजीनामा देतो**

कारण, २०..., रा एफ ८, २१ ह एच ८ ने मात होते.

उत्तर क्र. ३ : हा डाव अगदी अजोड आहे. या डावातील वजीराचे बलिदान अद्वितीय आहे. किंबहुना हा डाव, सर्वसाधारण रूढ डावाहून अगदी आगळा, वेगळा आहे. एफ १- ए ६ या कर्णावरील पांढऱ्या उंटाच्या चाली वाखाणण्याजोग्या आहेत.

◎

डाव (सापळा) क्र. ३०

रूय लोपेझ

बर्लिन (१८५१)

पांढरी	काळी
मेयट	*अँडरसन*
१) ई ४,	ई ५
२) घो एफ ३,	घो सी ६,
३) उं बी ५,	उं सी ५,
४) सी ३,	घो एफ ६,
५) उं × सी ६,	...,

आधुनिक बुद्धिबळपटू त्याच्या उंटांची सुप्त शक्ती साठवून ठेवण्यासाठी ५ डी

४ ही चाल करतो. या चालीने त्रासदायक/ जाचक काळ्या उंटाला हुसकावून देऊन त्याच वेळी भक्कम केंद्र-प्यादी सत्ता प्रस्थापित करतो.

५) ..., **डी × सी ६**

६) ०-०, **...**

लवकरच दिसून येईल की अपक्व स्थितीत केलेली ही किल्लेकोटाची चाल अकाली आहे. येथे ५ डी ४ ही चाल जास्ती जोरदार वाटते.

६) ..., **उं जी ४**

७) एच ३, **...**

स्वाभाविकच आहे. पांढरा, त्याच्या वजीराला इरेस धरणाऱ्या उंटाला हुसकावून लावू इच्छितो. परंतु...

७) ..., **एच ५!?** **(क)**

डाव (सापळा) क्र. ३० वरील प्रश्नांची उत्तरे :

आकृती क्र. ३० पाहा.

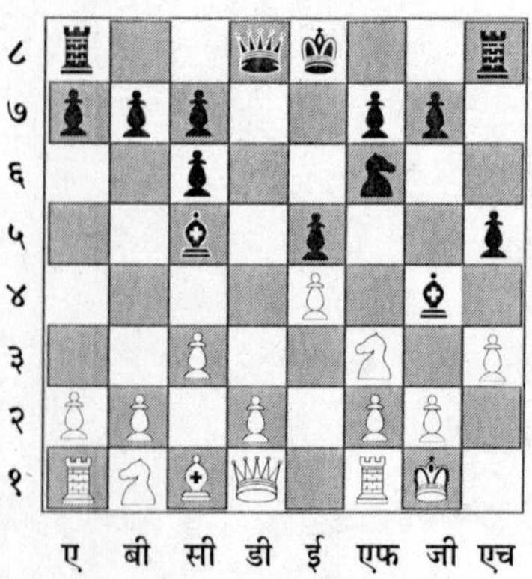

आकृती क्र. ३०

उत्तर क : काळ्याची ७ वी खेळी भूल पाडणारी आहे, पांढऱ्याने तिला बळी पडू नये. केवळ प्याद्यावर उंटाचे बलिदान करण्यामागे काळ्याचा पुढीलप्रमाणे योजनापूर्वक सुसंघटितपणे निर्घृण हल्ला करण्याचा कुटिल हेतू दडला आहे. उदा.

(प्र) मोकळ्या 'एच' पट्टीवरून

(हा) रणगाडारूपी हत्तीची मुसंडी शत्रूच्या किल्लेकोटाच्या आतील गोटात पोहोचविण्याचा, तसेच

(र) ..., जी ३! ही संभाव्य आक्रमक चाल करण्याचा,

असा हा कुटिल 'प्रहार' लक्षात न घेता पांढऱ्याने पुढील चाल केली.

८) एच × जी ४? **...,**

आणि 'हुरळली मेंढी वाघाच्या पाठी' या म्हणीची आठवण करून दिली आहे.

काळा पांढऱ्याला शरणागती पत्करावयास लावतो आणि 'घी देखा लेकिन बडगा नहीं देखा' ची आठवण करून देतो.

८) ..., **एच × जी ४,**

९) घो × ई ५, **जी ३!**

हा आक्रमक पवित्रा पांढऱ्याला अतिजाचक आहे, आता त्याने जर १० डी ३ ही चाल केली तर मग काळा, १०..., घो × ई ४! ११ डी × ई ४, जी × एफ २ शह, १२ ह × एफ २, व × डी १ मात होते!

१०) डी ४, **...**

निर्वाणीची उत्तरदायी खेळी भासते, पण काळ्याने त्याला तोंड देण्याची तयारी केली आहे.

१०) ..., **घो × ई ४!**

आता पांढऱ्याने जर ११ डी × सी ५, मग काळा ११..., हा एच १ शह! १२ रा × एच १, व एच ४ शह, १३ रा जी १, व एच २ मात करतो. (पांढऱ्याने ११ एफ × जी ३ ही चाल करून पाहावी.)

११) व जी ४? **उं × डी ४**

दुसऱ्या रीतीने विजय प्राप्त करून देणाऱ्या चाली म्हणजे ११..., जी × एफ २ शह; १२ ह × एफ २, ह एच १ शह १३ रा × एच १, घो × एफ २ शह आणि १४..., घो × जी ४ वगैरे

१२) व × ई ४, **उं × एफ २ शह,**

१३) पांढरा राजीनामा देतो.

कारण १३ ह × एफ २, व डी १ शह, १४ ह एफ १, ह एच १ शह, १५ रा × एच १ व × एफ १ मात होते.

या डावात पांढऱ्याच्या आठव्या खेळीवर काळा तुटून पडतो. आक्रमक विक्रमी चाली करून डाव जिंकतो.

या डावाला **'आपल्या पायावर धोंडा पाडून घेणे'** हे शीर्षक ठीक आहे.

◎

डाव (सापळा) क्र. ३१

रूय लोपेझ

ब्रेस्लाव (१८५९)

पांढरी	**काळी**
अँडरसन	*लांज*
१) ई ४,	ई ५;

२) घो एफ ३, घो सी ६

३) उं बी ५, घो डी ४

४) घो × डी ४, ई × डी ४

५) उं सी ४? ...,

येथे वेळ फुकट दवडला आहे. नुसते ५ ०-०, घो एफ ६; ६ ई ५ सुसंगत होते.

५) ..., घो एफ ६

६) ई ५, डी ५!

उद्रेकी प्रतिकारात्मक चाल आहे. ७ ई × एफ ६, डी × सी ४ आणि काळ्याला सुंदर डाव लाभतो.

७) उं बी ३, ...;

आता या उंटाला जिवंत समाधी मिळते, याउलट काळा घोडा मात्र चांगली कार्यसिद्धी साधू शकतो.

७) ..., उं जी ४!

एका मोहोऱ्याच्या हमखास बलिदानाची सिद्धता केली आहे.

८) एफ ३, घो ई ४!

९) ०-०, (क)

डाव (सापळा) क्र. ३१ वरील प्रश्नांची उत्तरे :

(आकृती क्र. ३१ पाहा.)

आकृती क्र. ३१

उत्तर क : पांढऱ्याने ९ ०-०, ही चाल न करता जर का ९ एफ × जी ४ ची चाल केल्यास, काळा ९..., व एच ४ शह, १० रा ई २?, व एफ २ शह, ११ रा डी ३, घो सी ५ मात करतो, किंवा जर १० जी ३, घो × जी ३, ११ एच × जी ३, व × एच १ शह देऊन काळा विजिगिषू निर्णायक असे हल्ल्यांवर हल्ले चढवून डाव जिंकतो.

उत्तर क्र. २ : काळा, एका पाठोपाठ एक मोहोऱ्यांचे सयुक्तिक

बलिदान करून आक्रमक विद्युत चढाईखोर चाली करून पांढऱ्याला दाती तृण धरावयास लावून डाव जिंकतो. उदा.

९) ...,	**डी ३!**
१०) एफ × जी ४,	**उं सी ५ शह,**
११) रा एच १	**घो जी ३ शह!**
१२) एच × जी ३,	**व जी ५**

काळा..., व एच ६ मातची धमकी देतो.

१३) ह एफ ५,	**एच ५!**

आता पांढऱ्याने जर १४ ह × जी ५, मग काळा १४..., एच × जी ४ काट शह, १५ ह एच ५, ह × एच ५ मात होते.

१४) जी × एच ५.	**व × एफ ५**

(आणि खमंग धमकीची फोडणी देऊन मात करतो. उदा. १५... व एफ १ शह!, १६ व ×एफ १, ह × एच ५ मात)

१५) जी ४,	**ह × एच ५ शह**
१६) जी × एच ५	**व ई ४**

(..., व एच ४ मातची धमकी, काळा देतो.)

१७) व एफ ३,	**व एच ४ शह!**
१८) व एच ३,	**व ई १ शह**
१९) पांढरा राजीनामा देतो,	

कारण काळा पुढीलप्रमाणे सक्तीने मात करतो. जर

१९) रा एच २,	**उं जी १ शह**
२०) रा एच १	**उं एफ २ काटशह**
२१) रा एच २	**व जी १ मात होते.**

उत्तर क्र. ३ : या डावात पांढऱ्याची रेंगाळणारी डाववाढ आणि काळ्या मोहोऱ्यांच्या बलिदानातून रोरावणाऱ्या निर्णायक आक्रमक चाली लक्षात ठेवण्याजोग्या आहेत.

◎

डाव (सापळा) क्र. ३२

रूय लोपेझ

व्हिएन्ना

पांढरी	काळी
क्मॉच	*एक बुद्धिबळपटू*
१) ई ४,	ई ५
२) घो एफ ३,	घो सी ६
३) उं बी ५,	घो जी, ई ७
४) ०-०,	जी ६

काळ्या रा उंटाचा कोंडमारा दूर करण्यासाठी केलेली, काळ्याची ही पूर्वतयारीची चाल सुसंगत आहे.

५) डी ४,	उं जी ७
६) डी × ई ५	घो× ई ५
७) घो × ई ५,	उं × ई ५
८) उं एच ६!?	...,

पुढील अंदाज बांधून, केलेली पांढऱ्याची ही चाल हिकमती ठरेल. त्याने एक प्यादे देऊ करून, मारामारी करून त्याच्या उंटाच्या आक्रमक मार्गातून काळ्या रा-उंटाचे उच्चाटन केले आहे.

८,	उं × बी २
९) घो डी २,	...,

(आता जर ९..., उं × ए १, १० व × ए १, ह एच जी ८, ११ उं जी ५, मग काळ्या घरांवरील पांढऱ्याच्या वर्चस्वामुळे काळ्याची स्थिती अनुकंपनीय होते हे टाळण्यासाठी काळा पुढची चाल करतो. परंतु 'बुडत्याचा पाय खोलात' या म्हणीची आठवण करून देतो.)

९...,	सी ६,
१०) ह बी १,	उं डी ४
११) घो सी ४ !	...,

(पांढरा घो डी ६ मातची धमकी देतो)

११...,	उं सी ५,

डाव (सापळा) क्र. ३२ वरील प्रश्नांची उत्तरे.

(आकृती क्र. ३२ पाहा.)

उत्तर क्र. १ : दोघांनीही प्रत्येकी ११, ११ चाली केल्या असल्या तरीही काळ्यापेक्षा पांढऱ्याने उत्कृष्ट स्थितिवाचक लाभ मिळविला आहे.

उत्तर क्र. २ : पांढरा आक्रमक बलिदानाची हिकमती चाल करून डाव जिंकतो. उदा.

१२) व डी ४ !

काळा राजीनामा देतो.

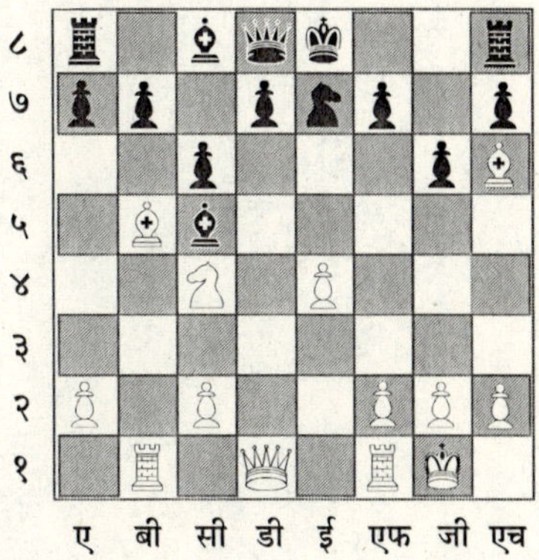

आकृती क्र. ३२

(कारण जर १२..., उं × डी ४ १३ घो डी ६ मात, किंवा जर १२..., ह जी ८... १३ व × सी ५ ची चाल करून पुढे तो घो डी ६ मातची धमकी देतो.)

हा एक उत्कृष्ट विद्युत चढाईचा डाव आहे.

या डावाला **'रोमांचकारी घाला'** हे शीर्षक द्यावे.

डाव (सापळा) क्र. ३३

सिसिलियन बचाव

यू.एस.एस.आर. चॅम्पियनशिप उपांत्य सामन्यातील डाव १९५४

पांढरी	**काळी**
चेरबाकोव्ह	***टायमॅनोव्ह***
१) ई ४,	**सी ५**

ह्या चालींतून सिसिलियन बचाव सिद्ध होतो. पांढऱ्या व प्याद्याच्या बदल्यात व उं प्यादे देऊ करून शक्तिशाली केंद्रसत्ता प्रस्थापित करण्यापासून काळा, पांढऱ्याला वंचित करू इच्छितो.

२) घो एफ ३,	**घो सी ६**
३) डी ४	**सी × डी ४**
४) घो × डी ४	**घो एफ ६**
५) घो सी ३,	**डी ६**
६) उं जी ५,	**ई ६**

७) व डी ३, ...;

वजीराच्या बाजूचा किल्लेकोट करण्याची घाई पांढऱ्याला झाली आहे.

७) ..., ए ६;

८) ०-०-० उं डी ७,

९) एफ ४, एच ६,

१०) उं एच ४, ...,

आकृती क्र. ३३ पाहा.

डाव (सापळा) क्र. ३३ वरील प्रश्नांची उत्तरे.

आकृती क्र. ३३

उत्तर क्र. १ : सद्य:स्थितीत काळा, पुढीलप्रमाणे स्थितिवाचक लाभ मिळवू शकतो.

१० उं एच ४, ह्या चालीने पुढे आलेल्या पांढऱ्या उंटावर काळा १०...., जी ५ ही चाल करून हल्ला चढवू शकतो. तेव्हा प्याद्यांच्या मारामारीमुळे पांढरे एफ प्यादे जी-पट्टीत पुढे ओढले जाते आणि मग ई ५ ह्या घरावर काळा पूर्णपणे ताबा मिळवू शकतो. पुढे एच ६-सी १ ह्या कर्णावर उंट आणून तो मारा करू शकतो. उदा.

१०) ..., जी ५!

११) एफ × जी ५, घो जी ४

पुढे काळा घोडा एफ २ त जाऊन, पांढऱ्या वजीरावर तसेच दोन्ही पांढऱ्या हत्तींवर एकाच वेळी त्रिघाती हल्ला चढवू शकतो.

१२) व जी ३, एच × जी ५

ही चाल करण्यामागे काळ्याचा असा हेतू आहे की, जर पां. ने १३ व × जी ४ मग काळा १३..., ह × एच ४ ही चाल करून, दोन्ही उंटांच्या संभाव्य तीव्र मारक चालीतून आणि ई ५ ह्या घरावरील निर्णायक ताब्यामुळे, तो डावावर पूर्ण ताबा मिळवू शकतो. ह्या बाबी पांढऱ्याच्या ध्यानात येतात, परंतु धास्तावून तो पुढील घोडचुकीची चाल करतो.

१३) घो एफ ३ ?! जी × एच ४

१४) व × जी ४,	**ई ५!**
१५) पांढरा राजीनामा देतो.	

वजीराला वाचविण्यासाठी त्याला फक्त जी ५ चे घर उरते. उदा. १५ व जी ५, मग काळा १५..., उं एच ६... ही चाल करून वजीराला इरेस पकडून मारू शकतो आणि शेवटी तो डाव सहज जिंकू शकतो.

ह्या डावावरून एक गोष्ट दिसून येते की, वजीराच्या सामर्थ्याची जाणीव बुद्धिबळपटूच्या मनात इतकी घर करून राहते की, 'केव्हा एकदा ते सामर्थ्य वापरून पाहू' असे त्याला होते. डावाच्या सुरुवातीच्या चालीने तो वजीर बाहेर काढतो, त्यावर विरोधी लहान बुद्धिबळे मारा करण्याचा धाक दाखवितात, तेव्हा तो गोत्यात येतो आणि थोडक्यासाठी मारला जातो.

डाव (सापळा) क्र. ३४

सिसिलियन बचाव

ॲमस्टरडॅम (१९५४)

पांढरी	**काळी**
केरेस	***सायटर***
१) ई ४,	**सी ५**
२) घो एफ ३	**डी ६**
३) डी ४,	**सी × डी ४**
४) घो × डी ४,	**घो एफ ६**
५) घो सी ३,	**ए ६**
६) उं जी ५,	**घो बी डी ७**
७) उं सी ४,	**ई ६**

ह्याहून जास्त जोरदार चाली म्हणजे – ७)..., घो बी ६, ८) उं-बी ३, ई ५, ९) घो एफ ३, उं ई ६ ह्या होत.

८) ०-०	**व सी ७**

आकृती ३४ पाहा. डाव (सापळा) क्र. ३४ वरील प्रश्नांची उत्तरे.

उत्तर क्र. १ : आणखीसुद्धा फार उशीर झाला नाही तेव्हा काळ्याने..., घो बी ६ वगैरे चाली करून पाहावयास हव्या होत्या. परंतु सद्य:स्थितीत दडलेल्या सुप्त

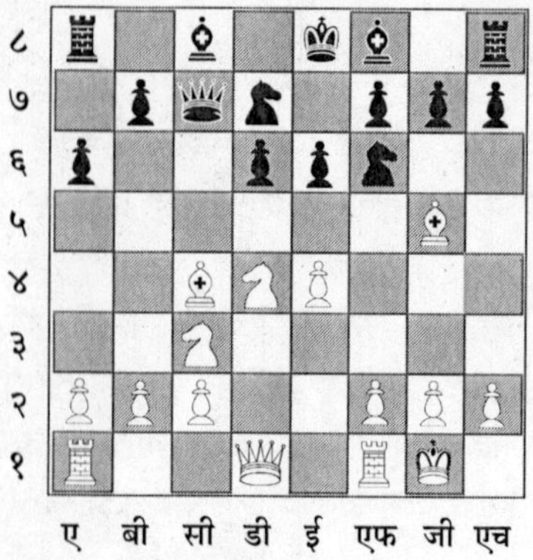

आकृती क्र. ३४

सुरुंगाची जाणीव काळ्याच्या ध्यानात आल्यासारखी वाटत नाही.

उत्तर क्र. २ : पांढरा पुढीलप्रमाणे चाली करून काळ्यास डाव सोडावयास सक्तीने भाग पाडतो.

९) उं × ई ६, एफ × ई ६

१०) घो × ई ६, व सी ४

११) घोडी ५! ...,

येथे एक सुप्त बाब दडलेली आहे. उदा. जर ११..., घो × डी ५, १२ ई × डी ५, घो ई ५ आणि काळ्या वजीराची सी पट्टीवरून हकालपट्टी करता येते. १३ बी ३, व सी ३, १४ उं डी २, व बी २ १५ घो सी ७ शह ने ए १ चा काळा हत्ती द्विघाती शहाने मारता येतो.

११) ..., रा एफ ७

१२) उं × एफ ६, ...,

पांढऱ्याच्या या चालीला उत्तर देणे कठीण आहे कारण, जर १२..., जी × एफ ६ १३ व एच ५ शह, देऊन पांढरा मातची धमकी देतो. किंवा जर १२..., घो × एफ ६, १३ बी ३, व बी ४; १४ घो ई सी ७ ने पांढरा जिंकतो.

१२) ..., रा × ई ६

१३) उं सी ३, ...,

आता, पांढरा, व एफ ३ आणि पुढे व व एफ ५ मातची जबरदस्त धमकी देत, तो आणखी काळी मोहोरी मारू शकतो.

१३) ..., घो एफ ६

१४) उं × एफ ६, जी × एफ ६

१५) घो बी ६, व सी ६

१६) घो × ए ८, ...,

या पांढऱ्या घोड्याच्या चालीतून मजेदार अनुभव मिळतो. जर १६..., बी ६, १७ घो × बी ६, व × बी ६, १८ व जी ४ शह, आणि पुढे १९ व × सी ८ वगैरे.

१६) ..., उं ई ७

आणि आता, काळ्या सी ८ च्या उंटाला हत्तीचा जोर असल्याने..., बी ६! ची धमकी वास्तववादी ठरते.

१७) ए ४!	**...,**

पुढे ए ५ ची चाल करून, पांढऱ्या घोड्याच्या सुखरूप पलायनाची पूर्वयोजना केली आहे.

१७) ...,	**बी ६**
१८) व डी ५ शह,	**रा डी ७**
१९) ह ए ३ !	**...,**

आणि आता जर १९..., उं बी ७ २० ह सी ३ ! व × डी ५; २१ घो × बी ६ शह देऊन, पांढरा जिंकतो.

१९) ...,	**उं डी ८**
२०) घो × बी ६ शह!	**काळा राजीनामा देतो.**

कारण, पांढरा शेवटी, सहज डाव जिंकतो. उदा. जर २०..., व × बी ६; २१ व एफ ५ शह, रा सी ७; २२ ह सी ३ शह देऊन पुढच्याच चालीत मात करतो. किंवा जर २०..., उं × बी ६; २१ व एफ ७ शह, रा डी ८; २२ व × एफ ६ द्विघाती शह देऊन, काळा हत्ती मारून पुढे तो सहज डाव जिंकतो.

यावरून दिसून येईल की ए ८ मध्ये पोचलेल्या पांढऱ्या घोड्याचे रोमांचकारी उड्डाण आणि पुढचे समयोचित बलिदान हा डाव जिंकण्याची किमया करतो.

◎

डाव (सापळा) क्र. ३५

सिसिलियन बचाव

बुडापेस्ट (१९४२)

पांढरी	**काळी**
क्लूगर	***नॅगी***
१) ई ४,	**सी ५**
२) घो एफ ३,	**घो सी ६,**
३) डी ४	**सी × डी ४**
४) घो × डी ४,	**घो एफ ६**
५) घो सी ३,	**डी ६**
६) उं जी ५,	**ए ६**

येथे ६..., ई ६ ही चाल सुसंगत वाटते.

७) व डी २	**घो डी ७?**

काळ्याने घोडा माघारी का घेतला तेच समजत नाही – येथे तो ७..., ई ५ ची चाल करून खेळू शकतो.

८) उं ई २, जी ६

९) घो डी ५,! ...,

डाव (सापळा) क्र. ३५ वरील प्रश्नांची उत्तरे. (आकृती क्र. ३५ पाहा.)

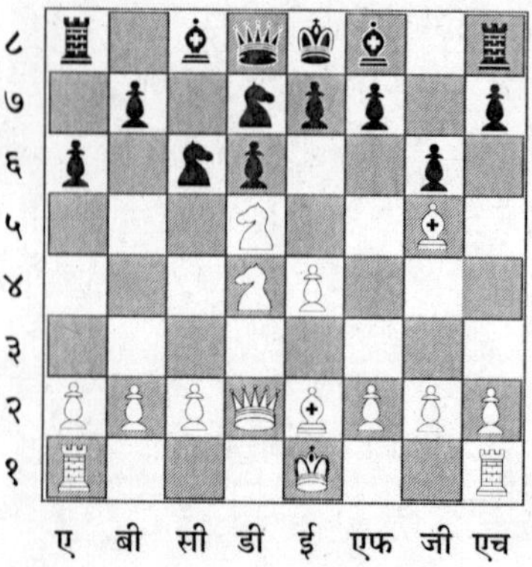

आकृती क्र. ३५

उत्तर क्र. १ : पांढऱ्याने गमतीदार सापळा टाकला आहे. आता काळ्याने ९..., उं जी ७? मग पांढरा १० घो × सी ६, बी × सी ६; ११ उं × ई ७ मग काळा वजीर मारता येतो; आणि समजा जर ९..., एच ६, १० उं एच ४, जी ५; ११ घो ई ६! एफ × ई ६ १२ उं एच ५ मात होते. किंवा जर ११..., व ए ५; १२ व × ए ५ घो × ए ५; १३ घो (डी ५), सी ७ मात होते.

उत्तर क्र. २ : काळ्याच्या पुढील ९..., एफ ६, चालीला पांढरा न डगमगता आक्रमक चाली करतो आणि काळ्याला सक्तीने डाव सोडावयास लावून डाव जिंकतो. उदा :

९) ..., एफ ६,

१०) घो ई ६, व ए ५,

विद्युत चढाईची झलक पाहून काळा स्तिमित होतो.

११) घो डी ५ सी ७ शह रा एफ ७

१२) घो डी ८ शह, रा जी ७

१३) घो ई ८ शह, काळा राजीनामा देतो

कारण काळ्याने जर १३..., रा जी ८, १४, उं सी ४ शह देऊन पुढे तो मात करतो. डावाची सुरुवात काळ्याने बरी केली, परंतु पांढऱ्या घोड्यांनी हसत हसत त्याला गंडवले आहे. कारण एकच, सुरळीतपणे डाव पुढे करण्याऐवजी काळा उगाच माघार घेत गेला व बळी पडला.

◎

डाव (सापळा) क्र. ३६

सिसिलियन बचाव

सामन्यातील डाव (१८९३)

पांढरी	काळी
डॉ. लास्कर	*गोल्ड मेयो*
१) ई ४,	सी ५,
२) घो एफ ३,	जी ६;
३) डी ४,	सी × डी ४
४) घो × डी ४,	उं जी ७
५) घो सी ३,	घो सी ६
६) उं ई ३,	घो एफ ६
७) उं ई २,	०-०
८) एफ ४	डी ६,
९) ०-०,	...;

येथे ९ घो बी ३ ही चाल सरस आहे.

९) ...,	घो जी ४?

याहून ९; व बी ६! या खेळीमुळे पुढे संभाव्य हिकमती धमक्या देता येणे शक्य झाले असते.

१०) उं × जी ४, (अ)	उं × डी ४
११) उं × डी ४,	उं × जी ४
१२) व डी २	उं ई ६

पांढऱ्याला, (१३) एफ ५ ची चाल करून काळ्या उंटाची माघार रोखता येते, म्हणून काळ्याने त्याचा उंट वेळीच माघारी घेतला आहे.

१३) एफ ५,	उं सी ४
१४) ह एफ ३!	...,

पांढरा, ह एच ३ आणि पुढे व एच ६ अशा चाली करून मातची धमकी देऊ शकतो. तेव्हा पांढऱ्या वजीराला चुकविण्यासाठी काळा पुढील खेळी करतो.

१४) ...	घो × डी ४
१५) व × डी ४,	उं ए ६
१६) घो डी ५!	...;

डाव (सापळा) क्र. ३६ वरील प्रश्नांची उत्तरे
आकृती क्र. ३६ पाहा.

उत्तर क्र. १ (अ) : येथे पुढीलप्रमाणे सापळा दडला आहे. आता काळ्याने जर १०..., उं × जी ४ ची चाल केल्यास पांढरा ११ घो × सी ६! ही चाल करून एक मोहरे मारू शकतो.

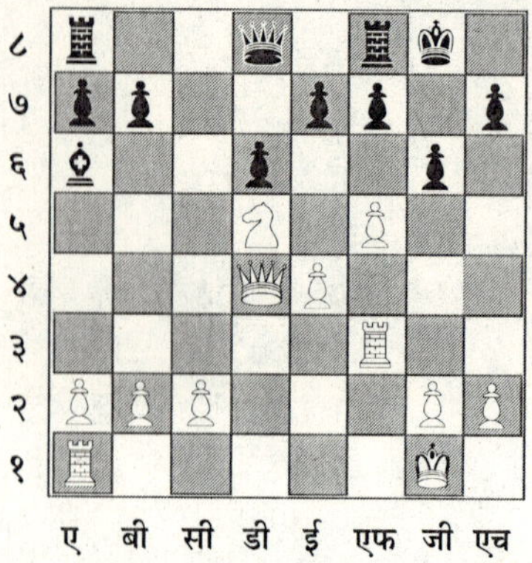

आकृती क्र. ३६

उत्तर क्र. १ (ब) : शक्तिशाली केंद्र घरातील पांढऱ्या घोड्यामुळे पांढऱ्याने, डावावर हुकमी वर्चस्व मिळविले आहे. उदा. जर (१६)..., एफ ६; ही खेळी केली तर, पांढरा विजिगिषू चाल करतो. (१७) घो एफ ४, किंवा जर (१६) ..., ई ६, (१७) एफ × ई ६, एफ × ई ६; (१८) घो एफ ६ शह आणि मारामारीतून पुढे पांढरा चांगला वस्तुनिष्ठ लाभ मिळवू शकतो.

उत्तर क्र. २ : काळ्याने संभाव्य धोका न जाणता पुढील चाल केली.

१६) ...,	**ह सी ८**
१७) एफ ६!	**...,**

ह्या चालीतून पुढीलप्रमाणे संभाव्य चाली होऊ शकतात. (१७) ..., ई ६, (१८) घो ई ७ द्विघाती शह, रा एच ८; (१९) व ई ३! (मात उत्पादक चाल आहे.) (१९) ..., ह जी ८; (२०) ह एच ३ (ह × एच ७ शह ची धमकी देतो.), २०) ..., व एफ ८; (२१) घो × सी ८! व × सी ८; (२२) ह × एच ७ शह! रा × एच ७; २३ व एच ३ मात.

१७) ...,	**ह सी ४,**
१८) व डी २!	**ई × एफ ६,**
१९) व एच ६,	**एफ ५,**
२०) ह एच ३,	**काळा राजीनामा देतो.**

पुढे होणारी मात काळा टाळू शकत नाही. सुरुवातीच्या चाली काळ्याने निष्काळजीपणाने केल्याने, त्याला योग्य अशा प्रतिकारात्मक चाली करणे मुश्कील झाले. म्हणूनच सिसिलियन बचावातील अजगरी विळख्यातून वेळीच

सुटका करून घेण्यासाठी, काळ्याने सुरुवातीपासूनच, जागरूकतेने आणि हिकमतीने बुद्धिबळांच्या समयोचित हालचाली करावयास हव्यात, नाही तर शेवटी तो मार खातो.

◎

डाव (सापळा) क्र. ३७

सिसिलियन बचाव

पत्रोत्तरी डाव (१९२२)

पांढरी	काळी
एल. स्टेनर	*झाबे*
१) ई ४,	सी ५
२) घो एफ ३,	घो एफ ६

घोड्यावर पांढरे ई प्यादे चालून यावे असे आमिष काळ्याने दाखविले आहे. परंतु पांढरा ई प्यादे पुढे सारीत नाही.

३) घो सी ३,	डी ५
४) ई × डी ५,	घो × डी ५
५) घो ई ५,	घो × सी ३
६) बी × सी ३,	व डी ५
७) उं बी ५ शह,	घो डी ७

हल्ल्यात सापडलेले जी २ चे प्यादे पांढरा पुढील चाल करून वाचवू शकतो. (८) घो × डी ७, उं × डी ७ (९) उं × डी ७ शह, व × डी ७ परंतु हे गुळमुळीत उत्तर तितकेसे आकर्षक तर नाहीच आणि जोमदारही नाही. तेव्हा तो ह्याहून धाडसी चाल करतो.

८) व ई २ !	व × जी २? (क)

डाव (सापळा) क्र. ३७ वरील प्रश्नांची उत्तरे.

(आकृती क्र. ३७ पाहा.)

उत्तर क : या चुकीच्या चालीमुळे, काळ्याला, पुढे डाव सुरळीतपणे खेळणे जड जाईल. याहून सुरक्षिततेसाठी त्याने (८)..., ए ६; ही चाल करून सोडवणूक करून घ्यावयास हवी होती.

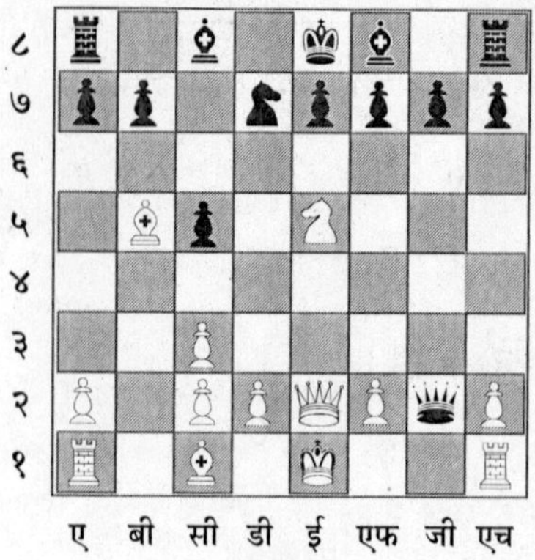

आकृती क्र. ३७

उत्तर क्र. २ : पांढरा पुढील प्रमाणे हिकमती चाली करून डाव जिंकतो. उदा.

९) व डी ३, ...,

हल्ल्यात सापडलेल्या हत्तीला वाचविण्याची विवंचना पांढरा करीत नाही.

९) ...,

व × एच १ शह

१०) रा ई २,

ई ६

११) उं × डी ७ शह

रा ई ७

ही चाल काळ्यावर लादली आहे.

१२) उं × सी ८ **ह × सी ८**

१३) व डी ७ शह **रा एफ ६**

काळ्याला वाटले की (१४) व × सी ८ अशी खेळी पांढऱ्याने केल्यास तो (१४)..., व ई ४ शह देऊन पुढे तो सातत्याने शह देऊ शकेल. परंतु,

१४) व × एफ ७ शह, **रा × ई ५**

१५) डी ४ शह, **...,**

विलोभनीय परिस्थिती आहे! आता काळ्याने जर (१५)..., सी × डी ४, किंवा (१५)..., रा डी ६ अशी खेळी केल्यास, पांढरा (१६) उं एफ ४ शह शह देऊन, काळा वजीर मारू शकतो, आणि जर का त्याने (१५) ..., रा ई ४ ची चाल केली तर मग पांढरा (१६) व × ई ६ मात करतो.

१५) ..., **रा डी ५**

१६) व × बी ७ शह **ह सी ६**

येथे काळ्याने जर (१६)..., रा सी ४ मग (१७) व बी ३ मात होते.

१७) सी ४ शह **काळा राजीनामा देतो.**

कारण जर (१७)..., रा × सी ४, (१८) व बी ३ शह, रा × डी ४; (१९) उं बी २ शह देऊन, काळा वजीर मारतो, किंवा (१९) उं ई ३ शह देऊनही पांढरा, काळा वजीर मारतो, आणि शेवटी सहज डाव जिंकतो.

काळ्याने योजलेली (हत्ती फुकटात मारून) एकट्या वजीरानिशी डाव जिंकण्याची

स्वप्नील योजना फसते आणि तो डाव गमावतो.

◎

डाव (सापळा) क्र. ३८

सिसिलियन बचाव

नॉटींगहॅम (१९३६)

पांढरी	काळी
अलेखाईन	*बोट व्हिनिक*
१) ई ४,	सी ५
२) घो एफ ३,	डी ६,
३) डी ४,	सी × डी ४,
४) घो × डी ४,	घो एफ ६,
५) घो सी ३,	जी ६,

प्रसिद्ध 'अजगरी विळखा' ड्रॅगॉन (चाली) प्रणाली आहे.

६) उं ई २,	उं जी ७
७) उं ई ३,	घो सी ६
८) घो बी ३,	उं ई ६
९) एफ ४,	०-०

आतापर्यंत डावाची प्रगती अगदी धोपट मार्गाने झाली आहे. तेव्हा याला अनुसरून पुढची ०-० अशी चाल होईल असे काळ्याने अनुमान केले असावे परंतु,

१०) जी ४ ? **...,**

ही भीषण घुसखोरी डावाचा संपूर्ण चेहरामोहरा बदलून टाकते. आता काळ्याने जर निष्क्रिय वृत्ती दाखविल्यास, पांढरा जी ५, नंतर एच ४, पुढे एच ५ अशा चाली करून भीषण आघात करू शकतो.

१०) ..., **डी ५!**

हा शक्तिशाली प्रतिटोला आहे. यावरून काळ्यालाही जोरकस लढत द्यावयाची आहे हे दिसून येते.

११) एफ ५,	उं सी ८
१२) ई × डी ५,	घो बी ४ (क)

डाव (सापळा) क्र. ३८ वरील प्रश्नांची उत्तरे (आकृती क्र. ३८ पाहा.)

उत्तर क : आता पांढऱ्याने जर १३ एफ × जी ६, एच × जी ६; १४ उं एफ

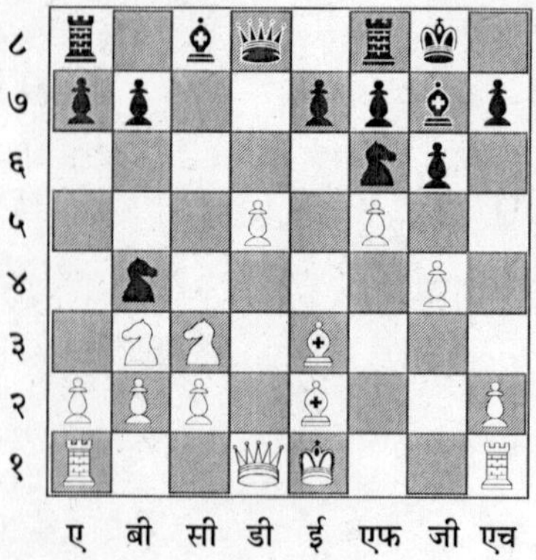

आकृती क्र. ३८

३, अशा खेळ्या केल्यास, काळा पुढीलप्रमाणे चाली करून त्याच्यावर तुटून पडेल. १४..., घो × जी ४, १५ उं × जी ४, उं × जी ४, १६ व × जी ४, घो × सी २ शह देऊन, द्विघाती हल्ला करतो; वगैरे असा तो दडलेला सापळा आहे.

उत्तर क्र. २ : पांढऱ्याने वेळीच (वरील) सापळा ओळखून, पुढीलप्रमाणे आक्रमक चाल केली आहे.

१३) डी ६! ...;

अशी ही आणखी एक धक्कादायी जोरकस चाल आहे. आता जर १३..., ई × डी ६;? १४ जी ५, घो ई ८; १५. एफ ६ ची चाल करून, काळ्या जी ७ च्या उंटाची मुस्कटदाबी करू शकतो.

१३) ..., व × डी ६!

काळा तितक्याच दक्षतेने चाल करतो. त्याची अशी कल्पना आहे की जर (१४) व × डी ६, ई × डी ६; (१७) जी ५, घो एफ डी ५ खेळी करून बिनजोर पांढऱ्या उंटावर प्रतिहल्ला चढवून वेळ वाचवू शकतो. आणि एफ ६ या संभाव्य आक्रमक चालीवर तोड काढू शकतो.

(१४) उं सी ५? ...;

आता काळ्याला पुढीलप्रमाणे पर्यायी चाली आहेत. (१४) ..., व × डी १ शह, (१५) ह ×डी १, घो सी ६; (१६) जी ५, घो डी ७; (१७) एफ ६, उं एच ८ (येथे जर १७..., घो × सी ५; १८ एफ × जी ७! मग काळ्याचे बुद्धिबळ दल मारले जाते.) (१८) उं ए ३, ह ई ८ तेव्हा (१९) घो डी ५ ची आक्रमक चाल करून पांढऱ्याला विजिगिषू डावाची संधी लाभते.

१४) ..., व एफ ४!

उत्कृष्ट चाल आहे. काळा एक, दोन मोहोरी देऊन डावावर वर्चस्व प्रस्थापित करू इच्छितो.

१५) ह एफ १, व × एच २!!

१६) उं × बी ४, घो × जी ४ !!

आता जर का शेफारून, पांढऱ्याने दांडगाईने,

(१७) उं सी ५, ही चाल केली तर मग, (१७) ..., व जी ३ शह, (१८)

उं एफ २, घो × एफ २; (१९) ह × एफ २, उं × एफ ५ मग मात्र काळा घण घातकी दबाव आणू शकतो.

१७) उं × जी ४, व जी ३ शह;

आता मात्र पांढऱ्याने बरोबरीने डाव सोडविणे इष्ट आहे. कारण, जर (१८) रा ई २! मग काळा १८..., व × जी ४ शह देतो, किंवा (१८) रा डी २? ही चाल करूनही भागत नाही, कारण मग (१८)..., उं एच ६ शह देऊन अंती डाव जिंकू शकतो.

१८) ह एफ २, व जी १ शह

शेवटी डाव बरोबरीने सोडविला जातो. कारण, दोघेही प्रतिस्पर्धी (स्थितीमध्ये) बदल करू इच्छित नाहीत. बहुधा बरोबरीचे डाव खूप कंटाळवाणे होतात परंतु हा डाव मात्र अपवाद आहे.

थोडक्यात, काळ्याने निग्रहाने आणि शक्तिशाली प्रतिकार करून डाव हरण्याऐवजी, बरोबरीने सोडविण्यात मोठे यश मिळविले आहे.

◎

डाव (सापळा) क्र. ३९

सिसिलियन बचाव

वॉर्सा (१९३५)

पांढरी	काळी
केरेस	*विंटर*
१) ई ४,	**सी ५**
२) घो एफ ३,	**घो एफ ६**
३) ई ५,	**घो डी ५**
४) घो सी ३,	**ई ६**

येथे (४) ..., घो × सी ३ ही चाल साधी आणि सुरक्षित वाटते.

५) घो × डी ५,	**ई × डी ५**
६) डी ४,	**डी ६**
७) उं जी ५!	**व ए ५ शह**

येथे केव्हाही (७) ..., उं ई ७ या चालीमुळे एक प्यादे मात्र मारले जाते. उदा. ८ उं × ई ७, व × ई ७; डी × सी ५ वगैरे.

८) सी ३,	**सी × डी ४**
९) उं डी ३!?	**;**

प्याद्या मागून प्याद्याचे आमिष पांढऱ्याने दाखविले आहे. डॅनिश आमिषातून उद्‌भवणारा धडाडीचा हल्लेखोरी डाव त्याला खेळावयाचा आहे.

९) ..., **डी × सी ३**

१०) ०-० **सी × बी २?**

परंतु ऊस गोड लागला म्हणून का कोणी मुळापासून खातात?

"अती तेथे माती! याची बाळगावी क्षिती!!"

याहून सुरक्षित चाली म्हणजे (१०) ..., घो सी ६; (११) ह ई १, उं ई ६ या होत.

११) ह बी १, **डी × ई ५**

यामुळे पांढऱ्याच्या हल्लेखोरीला जास्ती वाव दिला जातो. यापेक्षा ११)..., उं ई ६ ही चाल करून पाहावयास हवी होती.

१२) घो × ई ५, **उं डी ६ (क)**

आकृती क्र. ३९

डाव (सापळा) क्र. ३९ वरील प्रश्नांची उत्तर

(आकृती क्र. ३९ पाहा.)

उत्तर क : अशा परिस्थितीत काळ्याने केव्हाही (१२) ..., एफ ६ ही चाल करू नये कारण मग (१३) व एच ५ शह देऊन, पांढरा डावावर पकड मिळवू शकतो.

उत्तर क्र. २ : पांढरा आक्रमक चाली करून डाव जिंकतो. उदा.

१३) घो × एफ ७!!, **रा × एफ ७**

१४) व एच ५ शह **...,**

काळा राजा हादरून गेला आहे. उदा. (१४) ..., रा ई ६, (१५) उं एफ ५ शह!, रा ई ५; (१६) ह एफ ई १ शह, रा डी ४; (१७) उं ई ३ शह, रा सी ३ (१८) व डी १ !

आता काळ्याने डाव सोडून द्यावा.

१४) ..., **जी ६**

आता माघार घेऊन चालणार नाही. कारण जर उदा. (१४) ..., रा एफ ८, (१५) ह एफ ई १ (ने मातची धमकी देतो.) (१५) ..., उं डी ७ (१६) व एफ

३ शह, रा जी ८ (१७) उं ई ७ मग पांढरा जिंकतो.

१५) उं × जी ६ शह ! **एच × जी ६**

१६) व × एच ८, **उं एफ ५**

आता (१६)..., घो डी ७ ही चाल करून भागणार नाहीं; कारण (१७) व एच ७ शह, रा एफ ८; (१८) उं एच ६ शह; रा ई ८ (१९) व × जी ६ शह वगैरे.

१७) ह बी ई १, **उं ई ४**

आता विचार करण्यासारखी पर्यायी चाल म्हणजे (१७) ..., उं एफ ८, (१८) ह ई ७ शह, उं ई ७ (१९) व एच ७ शह, रा एफ ८, (२०) व × ई ७ शह, रा जी ८ (२१) उं एफ ६ ने पुढे मात करता येते.

१८) ह × ई ४, **डी × ई ४**

१९) व एफ ६ शह **काळा राजीनामा देतो.**

कारण काळ्याने जर (१९) ..., रा ई ८ ची चाल केल्यास पांढरा त्याच्यावर दोन चालींत मात करतो. किंवा जर (१९)..., रा जी ८, (२०) व × जी ६ शह, रा एफ ८ (२१) व × डी ६ शह, रा जी ८, (२२) व ई ६ शह! रा जी ७ (२३) व ई ७ शह आणि पुढे तो सहज मात करतो.

या डावात, पांढरा गंमतीदार हिकमती डावपेच टाकतो एवढेच नाही तर काळ्याच्या मदतीने सिसिलियन बचावाचे रूपांतर डॅनिश आमिषात करतो आणि शेवटी डाव जिंकतो.

◎

डाव (सापळा) क्र. ४०

सिसिलियन बचाव

हॅम्बुर्ग (१९५४)

पांढरी	**काळी**
रेलस्टॅब	***सीजब्रेट***
१) ई ४,	**सी ५;**
२) घो एफ ३,	**डी ६;**
३) सी ३,	**घो एफ ६;**
४) उं डी ३,	**...,**

एक वैशिष्ट्यपूर्ण चाल आहे. कारण, पांढऱ्या डी प्याद्याच्या मार्गात हा उंट अडथळा आणतो. या चालीमागची कल्पना अशी आहे की उं सी २ ही खेळी करून

पुढे डी ४ ही आक्रमक चाल करून केंद्र सत्ता प्रस्थापित करावयाची. काळ्याकडेही यावर खास तोडगा आहे. परंतु

४) ,	**घो सी ६;**
५) उं सी २,	**उं जी ४**
६) एच ३,	**उं एच ५;**
७) डी ४,	**ई ६;**
८) डी ५,	**घो ई ५;**

चाल ठीक वाटते. परंतु ८..., ई × डी ५; ९ ई × डी ५, घो ई ५, ही चाली प्रणाली जास्ती सुरक्षित वाटते.

९) उं ए ४ शह,	**घो एफ डी ७**

११) येथे जर ९......, घो ई डी ७ मग १० डी × ई ६, एफ × ई ६ ११ व बी ३ आणि पांढरा दुहेरी हल्ल्यात एक प्यादे फुकटात मारू शकतो.

१०) डी × ई ६	**...,**

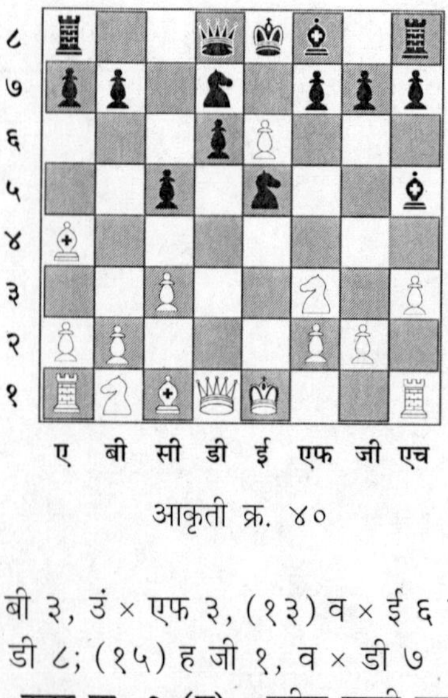

आकृती क्र. ४०

डाव (सापळा) क्र. ४० वरील प्रश्नांची उत्तरे (आकृती क्र. ४० पाहा.)

उत्तर क्र. १ (अ) : आकृती क्र. ४० पाहा. काळ्याने संपूर्णपणे चाली गणना करून प्रसंगी समयोचित (बलिदानाचे) आमिष देऊन, डावावर कब्जा मिळवावयाची संधी साधावयास हवी होती. उदा. (१०) ..., घो × एफ ३ शह दिला असता, पुढीलप्रमाणे संभाव्य चाली झाल्या असत्या, (११) जी × एफ ३, एफ × ई ६; (१२) व बी ३, उं × एफ ३, (१३) व × ई ६ शह, व ई ७; (१४) उं × डी ७ शह, रा डी ८; (१५) ह जी १, व × डी ७

उत्तर क्र. १ (ब) : वरील चाली प्रणाली लक्षात न घेत काळ्याने प्रत्यक्षात

१०) ..., एफ × ई ६;

अशी बचावखोर खेळी करून पांढऱ्यालाच उलट चांगली संधी मिळवून दिली आहे. कशी ते उत्तर क्र. २ मध्ये पाहा.

उत्तर क्र. २ : पांढऱ्याने समयोचित आक्रमक चाली करून शेवटी डाव जिंकला. उदा.

११) घो × ई ५!   ...;

काळ्याने गमावलेली पहिली बाब

११) ...,   उं × डी १

१२) उं × डी ७ शह,   ...,

आणि अशा रीतीने दुसरी बाबही काळ्याने गमावली आहे. येथे जर (१२) ..., रा ई ७, मग पांढरा (१३) उं जी ५ मात करतो.

१२) ...,   व × डी ७

१३) घो × डी ७,   उं सी २

१४) घो × एफ ८,   काळा राजीनामा देतो.

काळा एक मोहोरे गमावतो आणि डावही गमावतो. या साऱ्याला त्याने गहाळपणाने केलेली दहावी चालच कारणीभूत आहे.

◎

डाव (सापळा) क्र. ४१

सिसिलियन बचाव

हेलसिंकी (१९४४)

पांढरी	**काळी**
क्रोगियस	***ओजनेन***
१) ई ४,	**सी ५**
२) डी ४,	**सी × डी ४**
३) घो एफ ३,	**...,**

प्रतिस्पर्ध्याला घोटाळ्यात पाडण्यासाठी सरळ असणाऱ्या सुरुवातीच्या चालीचे रूपांतर चकवा देण्यासाठी आमिषात करावयाचे याहून दुसरा कोणताही उत्कृष्ट मार्ग नाही. काळ्याने रुळलेल्या मार्गाने जाणे बरे.

उदा. ३..., घो सी ६; किंवा ३..., डी ६,

३) ...,   ई ५,

आता खरे आमिष देऊ केले आहे कारण पांढरा ४ घो × ई ५? ही चाल करून प्यादे मारू शकत नाही. कारण मग काळा लगेच ४..., व ए ५ शह देऊन पुढे घोडा मारू शकतो.

५) सी ३ !   डी × सी ३

६) घो × सी ३, ...,

ह्यावरून दिसून येईल की काळा आणखीन अकार्यक्षम बनत चालला आहे. याचे कारण काही अंशी त्याची प्रतिगामी डाववाढ आहे तर काही अंशी अनुकूल न होऊ शकणाऱ्या व प्याद्याची अनुकंपनीय स्थिती आहे.

५) ..., डी ६

६) उं सी ४, एच ६ (क)

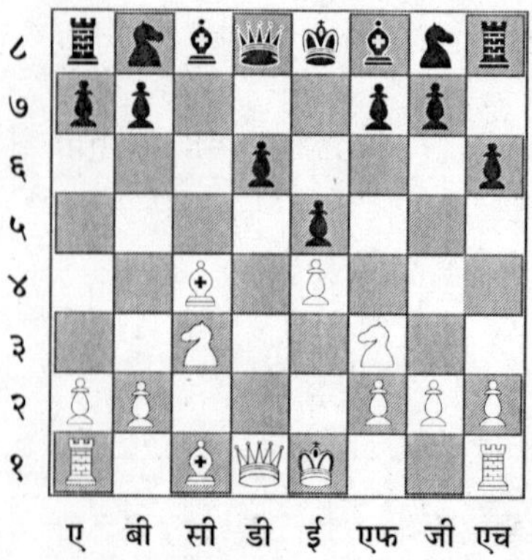

आकृती क्र. ४१

डाव (सापळा) क्र. ४१ वरील प्रश्नांची उत्तरे (आकृती क्र. ४१ पाहा.)

उत्तर क : काळ्याने केलेल्या या आणखी एका प्रतिगामी खेळीने, त्याच्याविषयीचे मत प्रतिकूल बनते. पण काळा (६)..., घो एफ ६, ही खेळी करण्यास कचरतो, कारण त्याला वाटते की पांढरा (७) घो जी ५ ही जाचक चाल करील. काही झाले तरी त्याचे एफ ७ चे प्यादे, त्याला वाटते त्याहूनही जास्ती धोक्यात आहे.

उत्तर क्र. २ : काळ्याचे प्रतिगामित्व पाहून पांढरा आक्रमक पवित्रा घेतो आणि डाव जिंकतो.

७) उं × एफ ७ शह, रा × एफ ७,

८) घो × ई ५ शह, ...,

वास्तवत: काळ्याचे डी-प्यादे इरेस पकडले गेल्यामुळे, पांढऱ्या घोड्याने शहरूपी हल्ला चढविला आहे. तसेच समाधानपूर्वक रीतीने काळ्याला निसटता येईल अशी उत्तरदायी खेळी त्याला करता येत नाही. कारण जर (८)..., रा ई ८, मग पांढरा (९) व एच ५ शह देऊन मात करतो, किंवा जर त्याने (८)..., रा ई ६, मग पांढरा (९) व डी ५ शह, रा एफ ६ (१०) व एफ ७ शह, रा × ई ५, (११) उं एफ ४ शह, रा डी ४, (१२) व डी ५ मात होते, आणि शेवटी जर (८) ..., रा एफ ६, मग पांढरा (९) व डी ४! (ची चाल करून १० घो सी ६ द्विघाती काटशह चालीची धमकी देतो.) (९)...., व ई ८, (१०) घो डी ५ शह, रा ई ६, (११) घो सी ७ द्विघाती शह देऊन काळा वजीर मारतो.

८) ..., **रा ई ७,**

९) घो डी ५ शह, **रा ई ६,**

१०) व जी ४ शह, **...,**

प्राणघातक पाठलाग चालू आहे.

१०) ..., **रा × ई ५,**

११) उं एफ ४ शह, **रा डी ४;**

किंवा (११) ..., रा × ई ४, (१२) घो सी ३ शह, रा डी ४, (१३) व डी १ शह, रा सी ४, (१४) व बी ३ शह, रा डी ४, (१५) व डी ५ मात.

१२) उं ई ३ शह! **रा ई ५**

येथे जर (१२)..., रा सी ४ मग (१३) व ई २ शह मात होते.

१३) व एफ ४ शह, **रा ई ६,**

१४) व एफ ५ मात **...,**

उत्तर क्र. ३ : काळ्याच्या घोडचुकीचा वेळीच फायदा घेऊन पांढऱ्याने डाव जिंकला आहे. कारण एकूण १४ चालींपैकी काळ्याने सहा चाली केवळ प्याद्यांच्या केल्या आहेत तर उरलेल्या ८ चाली त्याला राजाच्या करणे भाग पडले आहे. यावरून डावाचे भवितव्य सहज दिसून येते.

◎

डाव (सापळा) क्र. ४२

सिसिलियन बचाव

हेलसिंकी (१९३६)

पांढरी **काळी**

केरेस ***गॉफीन***

१) ई ४, **सी ५,**

२) घो एफ ३, **ए ६**

३) बी ४!? **...,**

आपल्याला दिसून येईल की, पांढरा विद्युत गतीने डाववाढ करीत आहे.

३) ...., **सी × बी ४**

४) ए ३, **डी ५,**

५) ई × डी ५, **व × डी ५**

६) ए × बी ४, **उं जी ४**

चांगली डाववाढ साधण्यासाठी काळ्याने राजाच्या बाजूकडील मोहोरी बाहेर

काढणे श्रेयस्कर ठरते.

७) घो सी ३, व एच ५,

परंतु येथे (७)..., व डी १ ही माघार जास्ती समयोचित वाटते.

८) उं ई २, ई ६

९) ०-०, घो एफ ६

१०) ह ए ५, ...,

रूढ चाल नाही, परंतु शक्तिशाली आहे. याला उत्तरदायी म्हणून (१०)..., बी ५ ही चाल चालू शकणार नाही. कारण (११) उं × बी ५ शह; किंवा जर (१०) ..., व जी ६, (११) ह जी ५, व एच ६, (१२) डी ४, ही चाल करून (१३) ह × जी ४ चा प्राणघातक धाक देता येतो.

१०) ..., घो डी ५

११) एच ३! उं × एफ ३,

यानंतर सक्तीने मारामारी करणे भाग पडते, मग पांढरा राजा उंट जास्ती शक्तिशाली होतो.

१२) उं × एफ ३, घो × सी ३

१३) डी × सी ३, व जी ६

१४) व डी ४, ...,

पांढरा (१५) उं × बी ७ चा धाक देऊन, एक हत्ती फुकटात मारण्याची धमकी देतो.

१४) ..., व एफ ६,

१५) व सी ४, घो डी ७

पांढरा व सी ८ शहचा धाक देऊन प्राणघातक धमकी देत होता.

१६) उं जी ५, ...,

डाव (सापळा) क्र. ४२ वरील प्रश्नांची उत्तरे (आकृती क्र. ४२ पाहा.)

उत्तर क्र. १ : काळ्या वजीरावर पांढऱ्या उंटाचा प्राणघातक हल्ला चढविलेला असतानाही काळ्याने प्रतिटोला हाणण्याच्या दृष्टीने जर चढाईखोर चाल केली, उदा. (१६)..., घो ई ५, तर मग, पांढरा पुढीलप्रमाणे चाली करू शकतो. उदा. (१७) ह × ई ५, व × ई ५, (१८) व सी ६ शह!!, बी × सी ६, (१९) उं × सी ६ मात.

उत्तर क्र. २ : प्राणघातक हल्ल्यातून वजीर वाचविण्यासाठी काळ्याने पुढील चाल केली. उदा.

१६) ..., व जी ६
१७) उं × बी ७, ह बी ८
१८) उं सी ६, उं ई ७
१९) उं × डी ७ शह,
रा × डी ७
२०) ह डी १ शह,
काळा राजीनामा देतो,

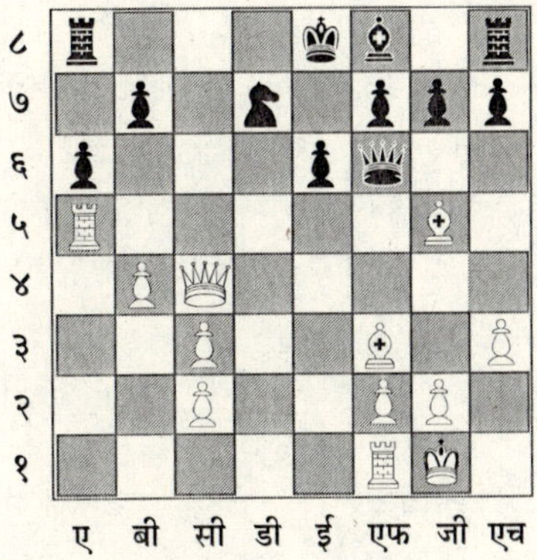

आकृती क्र. ४२

कारण जर (२०)..., रा ई ८, मग (२१) व सी ७ अशी चाल करून पांढरा निर्वाणीचा प्राणघातक हल्ला चढवून डाव जिंकू शकतो किंवा जर (२०)..., उं डी ६, मग (२१) ह × डी ६ शह!, रा × डी ६, (२२) व सी ५ शह, रा डी ७; (२३) व ई ७ शह, देऊन पुढे सहज मात करतो.

◎

डाव (सापळा) क्र. ४३

सिसिलियन बचाव

सेंट पिटर्सबर्ग (१९१२)

पांढरी	**काळी**
पोटेमकीन	***अलेखाईन***
१) ई ४,	**सी ५**
२) जी ३,	**जी ६**
३) उं जी २,	**उं जी ७**
४) घो ई २,	**घो सी ६**
५) सी ३,	**...,**

अशी चाल करून पांढरा, भव्य केंद्र सत्ता प्रस्थापित करू इच्छितो अणि डी ४, ही चाल त्याच्या या महत्त्वाकांक्षेत भरच घालते.

५) ...,	**घो एफ ६**
६) घो ए ३,	**डी ५!**
७) ई × डी ५,	**घो × डी ५**

८) घो सी २, ० - ०

९) डी ४, सी × डी ४

१०) सी × डी ४, उं जी ४

दबाव आणून काळ्याने पांढऱ्याचा पुढावा हिरावून घेतला आहे. तेव्हा हा दबाव पुढे कमी न होऊ देण्याची कोशिश तो सतत करीत राहील.

११) एफ ३, उं एफ ५

..., उं × सी २ वगैरे चाली करून प्यादे फुकटात मारण्याची धमकी देतो.

१२) घो ई ३, व ए ५ शह?

एक बाब स्पष्ट आहे की जर १३ व डी २, किंवा १३ उं डी २ अशा चाली पांढऱ्याने केल्यास काळा १३..., घो × ई ३! अशी चाल करून एक मोहोरे फुकटात मारू शकतो.

१३) रा एफ २, घो डी बी ४

१४) घो × एफ ५, व × एफ ५

१५) जी ४, घो डी ३ शह!

१६) रा जी ३, ...,

डाव (सापळा) क्र. ४३ वरील प्रश्नांची उत्तरे (आकृती क्र. ४३ पाहा.)

आकृती क्र. ४३

उत्तर क्र. १ : काळा पुढीलप्रमाणे हिकमती चाली करून पांढऱ्यावर मात करतो.

१६) ..., घो × डी ४!

(वजीर मारला जात असतानाही), अशा तऱ्हेने प्यादे घेण्याची काळ्याची ही न्यारी चढाईखोर चाल नेत्रदीपक आहे आणि आता जर पांढऱ्याने अशी खेळी केल्यास काळा १७ घो × डी ४ अशी चाल केल्यास, काळा १७..., व ई ५ शह देऊन मेलेल्या घोड्याचा बदला घेऊ शकतो. परंतु पांढरा, पुढील चाल करून ''हुरळली मेंढी आणि वाघाच्या पाठी'' ह्या म्हणीची आठवण करून देतो.

१७) जी × एफ ५ घो × एफ ५ शह

१८) रा जी ४, **एच ५ शह**

१९) रा एच ३! **घो एफ २ मात**

◎

डाव (सापळा) क्र. ४४

फ्रेंच बचाव

न्यू अर्लीन्स (१८५०)

पांढरी — **काळी**

मकॉनेल — *पॉल मॉर्फी (वय १३)*

१) ई ४, **ई ६**

बाल बुद्धिबळ पंडित पॉल मॉर्फीचा 'फ्रेंच बचावा'चा हा एकमेव ज्ञात डाव आहे. खुल्या सामन्यातील त्याचे खेळण्यातील चातुर्य वाखाणण्याजोगे आहे.

२) डी ४ , **डी ५**

३) ई ५, **सी ५**

४) सी ३, **घो सी ६**

५) एफ ४? **...,**

अगदी कमजोर आणि डाव कमकुवत करणारी चाल आहे. ह्याहून ५ घो एफ ३ ही पर्यायी चाल बरी होती.

५) ..., **व बी ६**

६) घो एफ ३, **उं डी ७**

७) ए ३ ?, **...,**

ह्या खेळीने डावात तशी उल्लेखनीय सुधारणा होत नाही. ह्याहून ७ उं ई २ ही डाववाढीची पर्यायी चाल बरी होती.

७) ..., **घो एच ६**

कारण, पुढे ..., घो एफ ५ ही चाल करून पांढऱ्या डी-प्याद्यावर दबाव वाढविता येतो.

८) बी ४, **सी × डी ४**

९) सी × डी ४, **ह सी ८!**

नेहमीसारखी विद्युतगतीने सहज डाववाढ साधून, मॉर्फी सी पट्टीवरून संभाव्य एल्गार चढविण्याची वाट पाहात आहे.

१०) उं बी २, **घो एफ ५**

११) व डी ३, (क) **...,**

डाव (सापळा) क्र. ४४ वरील प्रश्नांची उत्तरे (आकृती क्र. ४४ पाहा.)

आकृती क्र. ४४

उत्तर क : पांढऱ्याची ११ वी खेळी घोडचुकीची आहे, कारण, त्यापुढे काळ्याला सुसंघटित रीतीने हल्ला करण्याची आयती संधी लाभते आणि या संधीचा पुरेपूर उपयोग करून पांढऱ्या वजीराला सापळ्यात पकडून तो मारू शकतो आणि अंती डाव जिंकू शकतो. कसे ते उत्तर क्र. २ मध्ये पाहा.

उत्तर क्र. २ : काळ्याने उंटाचे बलिदान करून आक्रमक पवित्रा घेतला आहे. उदा.

११) ...,	**उं × बी ४ शह;**
१२) ए × बी ४,	**घो × बी ४;**
१३) व डी २,	**...;**

येथे पांढऱ्याने जर १३ व डी १ ही चाल केली, तर, मग काळा बऱ्याच मार्गांनी सहज जिंकू शकतो; त्यातील एक सोपी चाली प्रणाली म्हणजे, १३... घो सी २ शह, आणि पुढे १४..., व × बी २ वगैरे.

१३) ...,	**ह सी २;**
१४) व डी १,	**घो ई ३;**
१५) पांढरा राजीनामा देतो.	

कारण पांढऱ्या वजीरावर घोड्याने प्राणघातक हल्ला चढविल्याने तो आता सापळ्यात सापडला आहे, त्याला सुरक्षित असे पलायन घर उरत नाही. तेव्हा पांढरा वजीर मारून, काळा, वस्तुनिष्ठ लाभ तसेच स्थितिवाचक वर्चस्व मिळवून अंती सहज डाव जिंकतो.

आतापर्यंत बरेच बाल बुद्धिबळ पंडित होऊन गेलेत, त्या सर्वांमध्ये पॉल मॉर्फी (१८३७ ते १८८४) हा अत्यंत चतुर आणि समर्थ असा जागतिक कीर्तीचा पहिला बाल बुद्धिबळ पंडित आहे.

◎

डाव (सापळा) क्र. ४५

फ्रेंच बचाव

लंडन (१९५४)

पांढरी	**काळी**
केरेस	*वेद*
१) ई ४,	**ई ६;**
२) डी ४,	**डी ५;**
३) घो सी ३,	**घो एफ ६;**
४) उं जी ५,	**उं ई ७**
५) ई ५,	**घो एफ डी ७**
६) एच ४;	**उं × जी ५;**
७) एच × जी ५,	**व × जी ५;**

मारल्या गेलेल्या प्याद्याच्या मोबदल्यात, पांढरा पुढील गोष्टी साधू शकतो.

(आ) डावामध्ये पुढावा

(क्र) हालचालीचा मोकळेपणा

(म) मोकळी एच पट्टी

(क) काळ्या वजीरावर घोडा घालून, तो वेळ वाचवू शकतो. अशा रीतीने पांढरा 'आक्रमक' बनतो.

८) घो एच ३,	**व ई ७;**
९) घो एफ ४,	**ए ६;**

काळ्याला..., सी ५ ची चाल करावयाची आहे, तसेच नको असलेल्या घो बी ५ आणि पुढे घो डी ६ या पांढऱ्याच्या घुसखोरी चाली त्याला टाळावयाच्या आहेत.

१०) व जी ४, **रा एफ ८**

येथे जर १०..., जी ६: मग ११ ०-०-०, सी ६ १२ व जी ३! मग पांढरा डावावर निर्णायक वर्चस्व मिळवू शकतो. (कारण तो १३ घो × डी ५! ई × डी ५; १४ घो × डी ५, व डी ८; १५ ई ६! अशा आक्रमक चाली करून, द्विघाती धमकी देतो.)

११) व एफ ३! **...;**

आता पांढरा १२ घो जी ६ द्विघाती शह देऊन डाव जिंकण्याचा धाक देतो.

११) ...,	**रा जी ८;**
१२) उं डी ३,	**सी ५; (अ)**

आकृती ४५ पाहा.

आकृती क्र. ४५

डाव (सापळा) क्र. ४५ वरील प्रश्नांची उत्तरे

उत्तर क्र. १ (अ) : काळ्याने १२..., घो एफ ८ ही बचावात्मक खेळी करून एच ७ प्याद्याला जोर करणे इष्ट ठरते; **(ब)** : कारण काळ्या एच ७ प्याद्यावर, मोकळ्या एच पट्टीवरून हत्तीचा मारा तसेच बी १-एच ७ कर्णावरून, डी ३ च्या उंटाचा असा दुहेरी मारा जारी आहे, तेव्हा या प्याद्याची तटबंदी कोसळली की तेथे सद्यस्थितीत असणाऱ्या काळ्या राजाला धोका पोहोचण्याचा संभव आहे. काळा डाववाढीत खूपच मागे पडला आहे. ह्याच्या उलट पांढऱ्याने मात्र योग्य ती वरचढ डाववाढ करून, मोहोऱ्यांना सुसंघटित रीतीने हल्ला चढविता येण्याजोगी स्थिती प्राप्त करून घेतली आहे. त्यामुळे पांढऱ्याला स्थितिवाचक श्रेष्ठता मिळते.

उत्तर क्र. २ : पांढरा पुढील प्रमाणे आक्रमक चाली करून अंती डाव जिंकतो. उदा.

१३) उं × एच ७ शह!,	**ह × एच ७**
१४) ह × एच ७,	**रा × एच ७**
१५) ०-०-०,	**...;**

आता अशा प्राप्त खडतर स्थितीत, काळ्याने, कंबर कसून लढा द्यावयास हवा आहे.

उदा. १५..., घो एफ ८, १६ ह एच १ शह, रा जी ८; १७ ह एच ५, एफ ५; १८ व एच ३, रा एफ ७; १९ जी ४ ह्या आक्रमक चालीपुढे काळ्याला शेवटी शरणागती पत्करावी लागेल. परंतु, काळ्याने मात्र पुढीलप्रमाणे चाल केली.

१५) ...,	**एफ ५**

आग रामेश्वरी बंब सोमेश्वरी अशी गत या काळ्याच्या चालीने होते.

१६) ह एच १ शह,	**रा जी ८;**
१७) ह एच ८ शह,	**काळा राजीनामा देतो.**

कारण जर १७..., रा × एच ८ १८ घो जी ६ द्विघातकी शहाने काळा वजीर गारद करून अंती पांढरा सहज डाव जिंकतो. आणि जर १७..., रा एफ ७ १८

व एच ५ शह, जी ६, १९ व × जी ६ मात होते.

ह्या डावात काळ्याने सातव्या चालीत वजीराने जी ५ चे प्यादे मारून डाव अंगावर ओढवून घेतला. दुसरी प्रकर्षाने दिसून येणारी बाब म्हणजे काळ्याच्या वजीराच्या बाजूकडील सर्व मोहोरी स्वगृहांतच घोरत पडली होती, कारण काळ्याने अत्यंत मूल्यवान वेळ नाहक घालविला व तो डाववाढीत खूप मागे पडला.

◎

डाव (सापळा) क्र. ४६

फ्रेंच बचाव

रिगा (१९१३)

पांढरी	**काळी**
निमझोविच	***अलापिन***
१) ई ४,	**ई ६**
२) डी ४,	**डी ५**
३) घो सी ३,	**घो एफ ६**
४) ई × डी ५,	**घो× डी ५**
५) घो एफ ३,	**सी ५**
६) घो × डी ५,	**व × डी ५**

अशा प्रकारे पटावर प्रवास करण्यासाठी जणू काय काळा वजीर बाहेर पडतो?

७) उं ई ३,	**सी × डी ४**
८) घो × डी ४,	**ए ६**
९) उं ई २,	**व × जी २?**

पांढऱ्याच्या योजनापूर्वक डावपेचाला काळा बळी पडतो.

१०) उं एफ ३,	**व जी ६**
११) व डी २,	**ई ५**

डाव (सापळा) क्र. ४६ प्रश्नांची उत्तरे (आकृती क्र. ४६ पाहा.)

उत्तर क्र. १ : सुरुवातीच्या चालीत काळा वजीर बाहेर पडून इकडून तिकडे नाचतो, त्यामुळे योग्य ती डाववाढ करण्यात काळा खूप मागे पडतो आणि त्याची वजीराखेरीज सर्व मोहोरी त्यांच्या स्वस्थानांत अजूनही आहेत. ती राजाच्या बचावाला किंवा आक्रमण करण्याला असमर्थ आहेत. याच्या उलट पांढऱ्याने सुयोग्य डाववाढ साधली आहे. तो कोणत्याही बाजूला किल्लेकोट करू शकतो. सुस्थानात मोर्चा

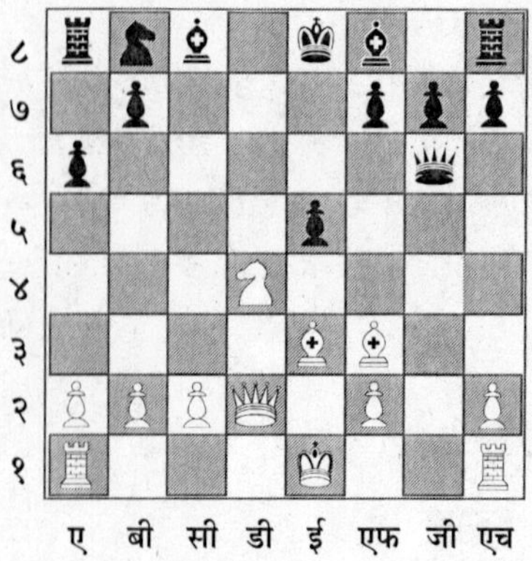

आकृती क्र. ४६

बांधून बसलेली त्याची मोहोरी सुसंघटित रीतीने मोकळ्या 'ई' आणि 'डी' पट्टीवरून यशस्वी रीतीने चढाई करू शकतात.

उत्तर क्र. २ : पांढरा पुढीलप्रमाणे आक्रमक चाली करून डाव जिंकतो. उदा.

१२) ०-०-०   ...,

पांढऱ्याने डाववाढीत प्रचंड प्रगती केली हे जाणून त्याने योग्य तो अंदाज बांधून, घोड्याचे बलिदानाची तयारी करून, एकाच खेळीत, किल्लेकोट करून मोकळ्या 'डी' पट्टीवर, वजीरापाठोपाठ हत्ती आणून ठेवण्याची उत्कृष्ट किमया केली आहे.

१२) ..., **ई × डी ४**

१३) उं × डी ४, **...,**

पांढरा १४ उं × जी ७!, उं × जी ७; १५ व डी ८ मातची धमकी देतो.

१३) ..., **घो सी ६**

१४) उं एफ ६! **...,**

चातुर्याची कमाल आहे, पांढरा १५ व डी ८ शह?, घो × डी ८; १६ ह × डी ८ मातची धमकी देतो.

१४) ..., **व × एफ ६**

येथे काळ्याने जर १४..., जी × एफ ६ (किंवा १४..., उं ई ७) अशा चाली केल्या तरीही पांढरा १५ उं × सी ६ शह, बी × सी ६ १६ व डी ८ शह!, उं × डी ८, ह × डी ८ मात करतो.

१५) ह एच ई १ शह, **उं ई ७**

किंवा १५..., उं ई ६ व डी ७ मात.

१६) उं × सी ६ शह, **रा एफ ८**

काळ्याला वाटले की जर १६..., व × सी ६ ची चाल केली तर पांढरा १७ व डी ८ मात करतो.

१७) व डी ८ शह! **उं × डी ८**

१८) ह ई ८ मात.

उत्तर क्र. ३ : सुरक्षिततेसाठी राजाला किल्लेकोटात आणि वजीराला सुस्थानात ठेवावयाचे सोडून, काळा त्याच्या राजाला किल्लेकोटात न ठेवता तसेच वजीराला बेजबाबदारपणे पटावर उधळावयास लावतो तेव्हा त्याचा परिणाम त्याला डाव गमावून भोगावयास लागतो.

◎

डाव (सापळा) क्र. ४७

फ्रेंच बचाव

टार्नोपोल (१९१६)

(पांढरा डोळे बांधून डाव खेळतो.)

पांढरी	**काळी**
अलेखाईन	***फेल्ड***
१) ई ४,	**ई ६**
२) डी ४,	**डी ५**
३) घो सी ३,	**घो एफ ६**
४) ई × डी ५,	**घो × डी ५**

याहून (४) ..., ई × डी ५, ही उत्तरदायी चाल सरस वाटते, कारण त्यामुळे केंद्रावर ताबा ठेवता येतो.

५) घो ई ४,	**एफ ५**

वाईट खेळी आहे. काळ्याच्या 'ई ५' या ठिकाणी खिंडार पडते, कारण काळ्या प्याद्यांचा (मारा) ताबा त्या घरांवर राहात नाही, तेव्हा हे घर पांढऱ्या मोहोऱ्यांना मोर्चा बांधावयास उपयुक्त आहे. तसेच त्याचे ई ६ चे प्यादे पिछाडीला असल्याने त्याला प्याद्याचा जोर देता येत नाही.

६) घो जी ५,	**उं ई ७**
७) घो ५ एफ ३,	**सी ६**
८) घो ई ५,	**...,**

पांढरा खिंडारात मोर्चा बांधतो.

८) ...,	**०-०**
९) घो जी एफ ३,	**बी ६**
१०) उं डी ३,	**उं बी ७**
११) ०-०,	**ह ई ८**

१२) सी ४, **घो एफ ६**
१३) उं एफ ४, **घो बी डी ७**
१४) व ई २, **सी ५** **(अ)**

डाव (सापळा) क्र. ४७ वरील प्रश्नांची उत्तरे (आकृती क्र. ४७ पहा)

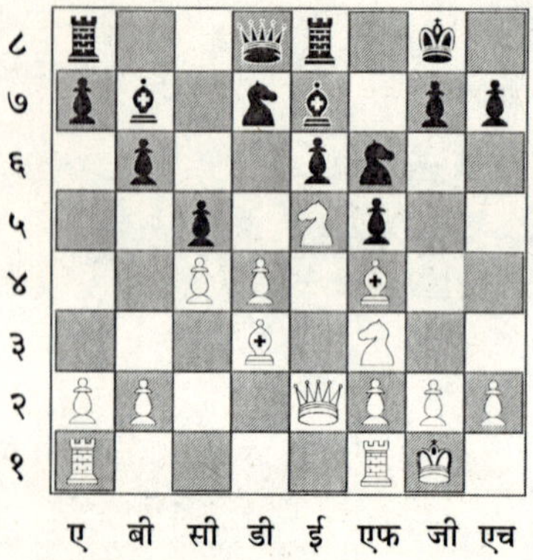

आकृती क्र. ४७

उत्तर क्र. १ (अ) : या समयी काळ्याचा उत्कृष्ट बचाव म्हणजे (१४)..., घो एफ ८ किंवा (१४) ..., उं एफ ८ हा होय. परंतु, काळ्यापुढे कोणते संकट कोसळणार आहे ते आत्ताच कसे सांगता येईल?

उत्तर क्र. २ : पांढरा पुढीलप्रमाणे आक्रमक बलिदानी चाली करून सहज डाव जिंकतो.

१५) घो एफ ७!!

...,

अनपेक्षितपणे घाला घालणारी ही आक्रमक बलिदानी चाल अतिशय शक्तिशाली आहे. घोड्याच्या खुनी टापांतून वजीराला सोडविण्यासाठी स्वत: राजाला त्या घोड्याला मारावे लागते. ई ६ मधील बिनजोर प्यादे उघडे पडते. अगदी बिनतोड पेच आहे.

१५) ..., **रा × एफ ७**
१६) व × ई ६ शह!! **...,**

सत्य परिस्थिती अशी आहे की जर (१६) ..., रा ×ई ६; (१७) घो जी ५ मात होते आणि जर (१६) ..., रा एफ ८, (१७) घो जी ५ ची चाल करून पुढील खेळीत पांढरा मात करतो.

१६) ..., **रा जी ६,**

'अलख निरंजन!'

दोन चालीत मात करण्याची घोषणा अलेखाईन करतो.

१७) जी ४!, **उं ई ४,**

कारण (१८) उं × एफ ५ ने पांढऱ्याने मात करू नये म्हणून ही बचावात्मक चाल काळ्याने केली आहे.

१८) घो एच ४ मात.

यावरून दिसून येईल की काळ्याच्या (५) ..., एफ ५ या कमकुवत चालीचा योग्य तो फायदा पांढऱ्याने (१६) व × ई ६ शह!! च्या (बलिदानात्मक) आक्रमक चालीने करून घेतला आहे.

डोळे बांधून खेळलेल्या डावांमधील हा एक उत्कृष्ट डाव आहे.

◎

डाव (सापळा) क्र. ४८

फ्रेंच बचाव

लंडन (१९२३)

पांढरी	**काळी**
व्हाईट हेड	***मॅरोक्झी***
१) ई ४,	**ई ६**
२) डी ४,	**डी ५**
३) घो सी ३,	**घो एफ ६**
४) ई ५,	**घो एफ डी ७**

शक्तिमान वाटणाऱ्या पांढऱ्याच्या केंद्र प्यादी सत्तेला काळा, ..., सी ५ आणि ..., एफ ६ या चालींनी सुरुंग लावू शकतो, तेव्हा पांढरा सी ३, आणि एफ ४ अशा चाली करून ही केंद्र सत्ता टिकविण्याचा प्रयत्न करू शकतो. ह्याला अनुसरून ह्या संभाव्य चालीला पोषक अशी पुढीलप्रमाणे पांढरा चाल करतो.

५) घो सी ई २,	**सी ५**
६) सी ३,	**घो सी ६**
७) एफ ४,	**व बी ६**
८) घो एफ ३	**एफ ६**
९) जी ३,	**...,**

उं जी २ ही चाल करण्याची इच्छा असूनही, पांढरा ती करू शकत नाही. केंद्र प्याद्यांना जोर करण्यात गुंतलेल्या त्याच्या मोहोऱ्यांच्या कोळीष्टकांच्या जाळ्यात अडकल्यागत तो फसतो. काळ्याच्या केंद्रावरील घातक माऱ्यामुळे त्याला चढाईचे मार्ग उपलब्ध होतात.

९) ...,	**सी × डी ४**
१०) सी × डी ४,	**एफ × ई ५;**
११) एफ × ई ५;	**उं बी ४ शह;**

आता सगळ्यात चांगली उत्तरदायी चाल म्हणजे १२ घो सी ३ ही होय. परंतु पांढऱ्याची पुढील उत्तरदायी चाल त्याला गोत्यात आणते.

१२) रा एफ २? **०-०** **(अ)**

१३) उ ई ३, **...,**

डाव (सापळा) क्र. ४८ वर प्रश्नांची उत्तरे (आकृती क्र. ४८ पाहा.)

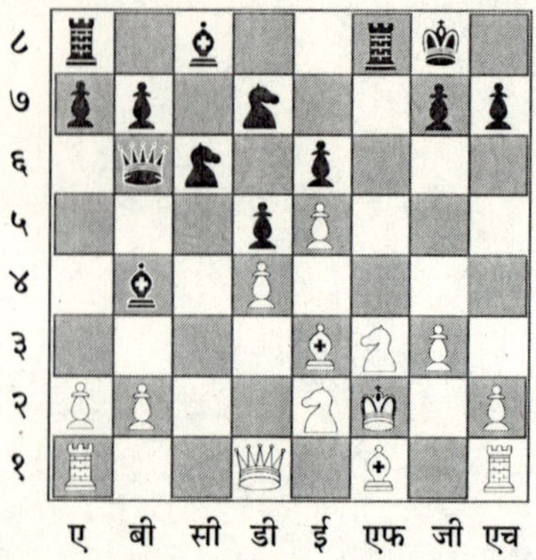

आकृती क्र. ४८

उत्तर क्र. १ (अ) : बाराव्या खेळीत काळ्याने किल्लेकोट करून मोकळ्या एफ पट्टीवर मारक हत्ती आणण्याची किमया केल्याने पांढरा राजा गमतीदार स्थितीत गुंतून पडतो. कारण पांढऱ्याचे डी ४ चे-प्यादे आणि एफ ३ चा-घोडा इरेस पकडल्याने काळा... घो × ई ५ ची धमकी देतो.

काळा राजा किल्लेकोटात सुरक्षित बसून, मोकळ्या एफ पट्टीवरून मुसंडी मारण्यास हत्तीला प्रोत्साहन देतो. याच्या उलट उंटाच्या व घोड्यांच्या अस्थिर रथात असलेला पांढरा राजा वरवर पाहता सुरक्षित वाटतो, परंतु उघड्या एफ पट्टीवरून मुसंडी मारणारा हत्तीरूपी रणगाडा तसेच पांढऱ्या ई ५ प्याद्यावर एका पाठोपाठ एक असा निर्घृण हल्ला चढविणारे कृतांत काळे घोडे, तसेच ए ७-जी १ या कर्णावर दबा धरून बसलेला छुपा रॉकेटरूपी वजीर आणि ए ५-ई १ या कर्णावर दिमाखाने मारा करणारा मिराजी बॉम्बरूपी काळा उंट हे सारे सुसंघटित रीतीने पांढऱ्या राजाभोवती गळफास आवळण्यास सिद्ध झाले आहेत. तेव्हा साकल्याने विचार करता स्थितिवाचक लाभाला पांढरा पारखा झाला आहे.

उत्तर क्र. २ : वर उल्लेखल्याप्रमाणे परिस्थितीचा आढावा घेऊन, काळा पुढीलप्रमाणे बलिदानी, आक्रमक चाली करून डाव जिंकतो. उदा.

१३) ..., **घो डी × ई ५!;**

अनपेक्षित रीतीने सुरुंग उडवून तो पांढऱ्याची बचाव फळी उद्ध्वस्त करतो.

१४) डी × ई ५, **ह × एफ ३ शह!!**

१५) रा × एफ ३, **घो × ई ५ शह**

पांढऱ्याला फारच कमी बचावी पर्याय उरतो. कारण जर १६ रा एफ २ मग

१६..., घो जी ४ शह ही चाल अतिघातक ठरते. उदा. १७ रा एफ ३, व × ई ३ शह! १८ रा × जी ४, ई ५ काटशह देऊन पुढील चालीत काळा मात करतो.

१६) रा एफ ४, **व डी ६!**

परंतु याहूनही पर्यायी निर्णायक तशीच आकर्षक चढाई म्हणजे १६..., जी ५ शह; आणि जर १७ रा × ई ५, उं डी ६ शह, १८ रा एफ ६, व डी ८ मात!

१७) उं एच ३, **...,**

याहून आकर्षक पर्यायी चाली. उदा. १८ उं डी ४, व एफ ८ शह; १८ रा ई ३, व एफ ३ मात होते.

१७) ..., **उं डी ७;**

आणि येथे १७..., व एफ ८ शह देऊन अंतिम किमया करता येते.

१८) उं डी ४, **ह एफ ८ शह;**

१९) पांढरा राजीनामा देतो.

कारण १९ रा जी ५, व ई ७ शह; २० रा एच ५ उं ई ८ मात होते.

या डावात पांढऱ्याची वरवर दिसणारी भरीव स्थिती वस्तुतः पोकळ आहे. ही बाब काळी बुद्धिबळ दले घेऊन खेळणाऱ्या (मॅरीक्झी) च्या सूक्ष्म दृष्टीतून सुटत नाही, तो मर्मभेदक (बलिदान देऊन) चढाई करतो व डाव जिंकतो.

◎

डाव (सापळा) क्र. ४९

फ्रेंच बचाव

लोझ (१९२९)

पांढरी	काळी
नाजडॉर्फ	*सॅपिरो*
१) ई ४,	ई ६;
२) डी ४,	डी ५;
३) घो सी ३,	डी × ई ४;

अशा चाली प्रणालीमुळे, पांढऱ्याला बरीच मोकळीक मिळते.

४) घो × ई ४	घो डी ७;
५) घो एफ ३,	घो एफ ६;
६) उं डी ३,	उं ई ७;
७) ०-०	बी ६;

अवेळी केलेली खेळी आहे. आताच्या वेळी किल्लेकोट करणे जास्ती सुरक्षित

झाले असते.

८) घो ई ५!; **...;**

घो सी ६ ही चाल करून, पांढरा, काळा वजीर मारण्याची धमकी देतो.

८) ..., **उं बी ७;**

९) घो × एफ ६ शह, **जी × एफ ६?**

या चालीने, काळा राजा, पांढऱ्याच्या भेदक हल्ल्याला उघडा पडतो. याहून ९..., उं × एफ ६, ही पर्यायी चाल जास्ती सुरक्षित होती.

१०) घो× एफ ७, **...;**

काळ्या राजाची असुरक्षितता पाहून पांढऱ्याने जणू परिकल्पनेने अजमावून केलेले हे बलिदान आहे.

१०) ..., **रा × एफ ७;**

११) व एच ५ शह, **रा जी ८;**

राजाच्या इतर चाली निरुपयोगी आहेत. उदा. जर ११..., रा एफ ८ मग १२ उं एच ६ शह देऊन पांढरा आणखी एक मोहोरे, फुकट वेळ न दवडता, हल्ल्यासाठी युद्धभूमीवर सहज आणू शकतो.

१२) ह ई १, **घो एफ ८ (क)**

डाव (सापळा) क्र. ४९ वरील प्रश्नांची उत्तरे (आकृती क्र. ४९ पाहा.)

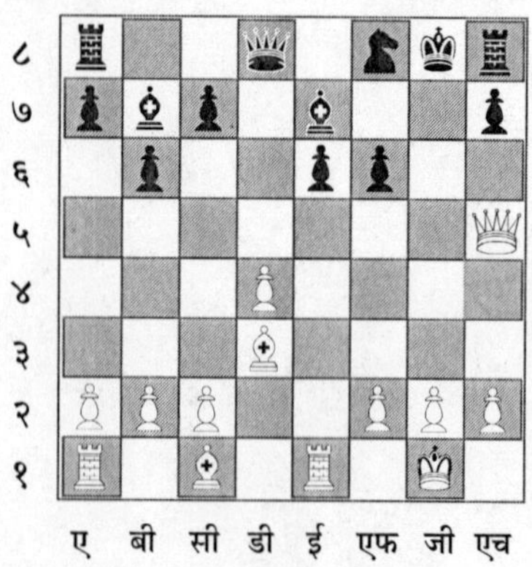

आकृती क्र. ४९

उत्तर क : काळ्याने जर १२..., उं डी ५ ही पर्यायी चाल केल्यास ती त्याला घातक ठरते. कारण मग पांढरा १३ सी ४ ही चाल करून उंटावर प्यादे घालतो आणि उंट परत हलविणे भाग पडते. त्यामुळे काळ्याची खेळी आणि वेळ वाया जातो तसेच ए २-जी ८ या महत्त्वाच्या कर्णावर पांढऱ्याला ताबा मिळतो आणि तो जास्त जाचक आणि धोकादायक ठरतो.

उत्तर क्र. २ : पांढरा पुढीलप्रमाणे हिकमती बलिदानी आणि आक्रमक चाली करून डाव जिंकतो.

१३) ह × ई ६! **...,**

हे विलक्षण हिकमती दुसरे बलिदान अगदी सयुक्तिक आहे. कारण या बलिदानापोटी पांढरा, विद्युतगतीने निर्णायक विजय मिळवू शकतो. नाही तर तो १३ उं एच ६, एफ ५; (पांढऱ्याची व जी ५ शह ही चाल रोखण्यासाठी) १४ ह ई ३!, व ई ८; १५ ह जी ३ शह घो जी ६; १६ उं सी ४ शह वगैरे प्रमाणे रेंगाळणाऱ्या चाली त्याला कराव्या लागल्या असत्या.

१३) ...,	**घो × ई ६;**
१४) उं सी ४	**व डी ६;**
१५) उं एच ६,	**...;**

पांढरा १६ व जी ४ शह, रा एफ ७, १७ व जी ७ शह! वगैरे चाली करून जिंकण्याची दहशत देतो.

१५) ...,	**उं एफ ८;**
१६) ह ई १,	**...,**

आता जर १६... उं × एच ६ १७ उं × ई ६ शह, रा जी ७; १८ व एफ ७ मात होते.

१६) ...,	**उं सी ८**
१७) व ई ८,	**...,**

आता पांढरा १८ ह × ई ६! ही चाल करून जिंकण्याची दहशत देतो.

१७) ...,	**उं डी ७;**

भयंकर रणकंदन होते.

१८) ह × ई ६!!	**ह × ई ८**
१९) ह × ई ८ काटशह	**उं ई ६**
२०) उं × ई ६ शह	**व × ई ६;**
२१) ह × एफ ८ मात.	

या डावात परिकल्पित बलिदानाची (स्पेक्युलेटिव्ह सॅक्रिफाईस) संधी पांढरा साधतो आणि या बलिदानातून मिळविलेल्या स्थितिवाचक लाभाचे दडपण तो कधीही शिथिल करीत नाही. त्याच्या चढाईची संभाव्य योजना निर्दोष आणि परिपक्व आहे.

◎

डाव (सापळा) क्र. ५०

प्रतिकेंद्र डाव

बुडापेस्ट (१९३४)

(एक कालिक प्रदर्शनीय डाव)

पांढरी	काळी
कॅनल	*एक बुद्धिबळपंडित*
१) ई ४	डी ५
२) ई × डी ५	व × डी ५
३) घो सी ३	...

अशा सुरुवातीच्या चालीत, अशा प्रकारे डाववाढ साधून वेळ वाचविता येतो.

३) ...,	व ए ५
४) डी ४	सी ६

ही अतिरेकी काळजी आहे, याहून ४..., घो एफ ६; ही डाववाढ साधणारी चाल जास्ती उपयुक्त आहे.

५) घो एफ ३,	उं जी ४
६) उं एफ ४	ई ६
७) एच ३	उं × एफ ३

इतका सहजासहजी एखाद्याने घोड्याच्या बदल्यात उंट देऊ नये, आता पांढरा वजीर बाहेर आल्याने तो जास्ती कार्यप्रवण होतो.

८) व × एफ ३	उं बी ४
९) उं ई २,	घो डी ७
१०) ए ३!	०-०-०?

दहाव्या खेळीनंतरची स्थिती आ. ५० मध्ये दिली आहे ती पाहा.

डाव (सापळा) क्र. ५० वरील प्रश्नांची उत्तरे.

उत्तर क्र. १ : पांढऱ्या व ह प्याद्याने उंट मारला की काळ्या वजीराने हत्ती मारून शहही देता येतो. तसेच लहान-उंट देऊन मोठा हत्ती मारता येतो. एकूण काळ्याने पांढरा व हत्ती इरेस पकडण्याचा सापळा रचला आहे. परंतु ही 'ईर' किती विरविरीत आहे हे त्याच्या ध्यानात येत नाही.

उत्तर क्र. २ : ईर माहीत असूनही पांढरा जाणूनबुजून रणात उडी घेतो उदा :

११) ए × बी ४! **...,**

एकाच वेळी अनेकांशी खेळत असणारा बुद्धिबळ पंडित घोडचूक तर करीत नाही ना!

११) ...,

व × ए १ शह

१२) रा डी २!

व × एच १

१३) व × सी ६ शह!!

...,

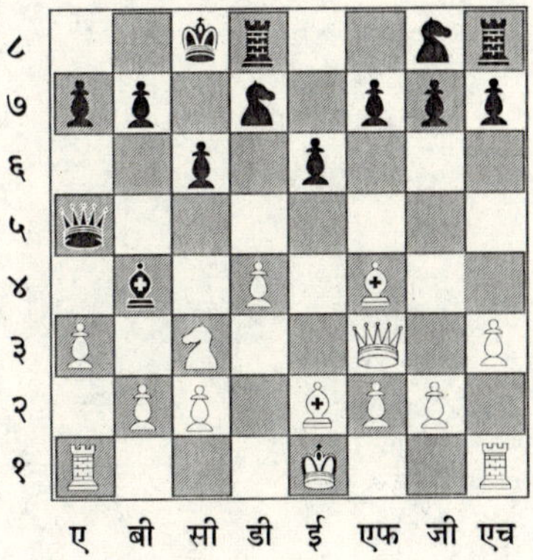

आकृती क्र. ५०

अशा रीतीने बुद्धिबळ पंडित दोन हत्तींचे बलिदान करून डावावर पूर्ण कब्जा मिळवितो. तेही प्याद्याच्या तोंडी वजीर ठेवून!

१३) ..., **बी × सी ६**

१४) उं ए ६ मात.

या डावात दोन हत्तींचे बलिदानात काळ्या वजीराला पटाच्या कोपऱ्यात अडकवून ठेवल्याने तो त्याच्या राजाच्या बचावाच्या दृष्टीने कुचकामाचा ठरल्याचे पाहून, पांढरा त्याच्या वजीराचे मर्मभेदी बलिदान करतो व केवळ १४ चालींत डाव जिंकण्याची किमया बुद्धिबळ पंडिताने केली आहे. तीही एकाच वेळी अनेकांशी खेळताना.

डाव (सापळा) क्र. ५१

कारोकानचा बचाव

ड्युसेल डॉर्फ (१९३७)

पांढरी	**काळी**
एंजल्स	*मे*
१) ई ४,	सी ६;
२) डी ४,	डी ५;
३) ई × डी ५,	सी × डी ५;
४) सी ४	उं एफ ५;

ही खेळी अनाठायी आहे, कारण, काळ्याच्या पुढच्या खेळीमुळे त्याला वेळ फुकट गमवावा लागेल, त्याशिवाय डावाच्या अगदी सुरुवातीलाच 'उंटाने वजीराची बाजू सोडून जावे का?' हा एक वादग्रस्त मुद्दा आहे.

५) सी × डी ५, **व × डी ५;**

६) घो सी ३, **व ए ५**

७) व बी ३, **व बी ६ (क)**

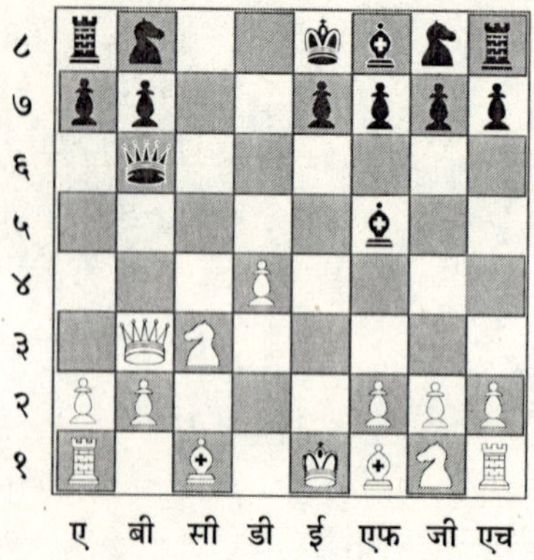

आकृती क्र. ५१

डाव (सापळा) क्र. ५१ वरील प्रश्नांची उत्तरे (आकृती क्र. ५१ पाहा.)

उत्तर क : काळ्याची सातवी चाल घोडचुकीची आहे. सद्यःस्थितीत त्याने ७..., उं सी ८ ही समयोचित चाल करणे इष्ट ठरते. परंतु काळ्याने ७..., व बी ६ ही चाल करून स्वतःवर डाव ओढवून घेतला आहे. कारण उत्तर क्र. २ पाहा.

उत्तर क्र. २ : चालून आलेल्या संधीचा फायदा घेण्यासाठी पांढरा त्याच्या घोड्यानिशी काळ्या वजीरावर हल्ला करतो आणि शेवटी डाव जिंकतो.

८) घो डी ५ !, **व × बी ३;**

९) ए × बी ३, **काळा राजीनामा देतो.**

कारण पांढऱ्याच्या १० घो सी ७ शह किंवा ७ घो बी ६ चाली करतो, तेव्हा अशा दुहेरी घातक हल्ल्याला थोपवू शकणारे चोख असे उत्तर काळ्याकडे नाही. त्यामुळे तो ए ८ च्या हत्तीला मुकतो आणि शेवटी डाव हरतो.

या डावावरून दिसून येईल की, पांढऱ्याने केवळ नऊ खेळींत काळ्याच्या नाकी नऊ आणले. त्याचे मुख्य कारण म्हणजे काळ्याचा नाठाळपणा.

◎

डाव (सापळा) क्र. ५२

कारोकानचा बचाव

ओस्लो (१९५२)

पांढरी	काळी
एस्प्लो	*ॲण्डरसन*
१) ई ४,	सी ६
२) सी ४,	डी ५
३) सी × डी ५,	सी × डी ५
४) उं बी ५ शह,	......,

पांढऱ्याने फुकट वेळ दवडणारी चाल केली आहे. याहून ४ ई × डी ५ ही चाल सरस होती.

४) ...,	उं डी ७,
५) व ए ४ ?	...,

डाव पराजयाकडे नेणारी ही चाल आहे, असे म्हटले तरी ती अतिशयोक्ती होणार नाही. फुकट वेळ दवडण्याच्या धक्क्यातून, पांढरा कधीही बाहेर पडू शकणार नाही.

५) ...,	डी × ई ४
६) उं × डी ७ शह,	घो × डी ७,
७) व × ई ४,	घो सी ५,
८) व सी ४,	घो डी ३ शह,
९) रा ई २,	ह सी ८

काळ्याची ही चाल जाचक आहे.

१०) व × डी ३,	व × डी ३ शह
११) रा × डी ३,	ह × सी १,
१२) रा ई २,	जी ६,

या चालीनंतरची स्थिती आ. ५२ मध्ये पाहा.

प्रश्न क्र. १ : सापळा कोणी कसा टाकला आहे ते सटीप सांगा.

प्रश्न क्र. २ : बाराव्या खेळीनंतर पुढे डाव कसा खेळला जाऊ शकतो ते पर्यायी चालींसह सटीप सांगा. डावाला मथळा सुचवा.

डाव (सापळा) क्र. ५२ वरील प्रश्नांची उत्तरे :
(आकृती क्र. ५२ पाहा.)

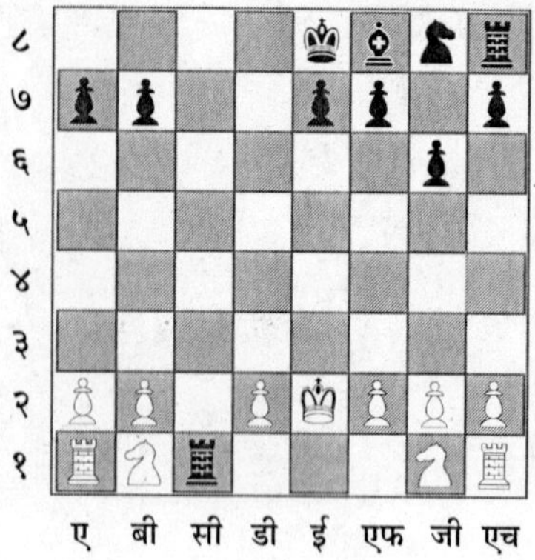

आकृती क्र. ५२

उत्तर क्र. १ : सद्य:स्थितीत काळ्या हत्तीने पांढऱ्याच्या आतील गोटात शिरून दोन्ही घोड्यांना हत्तीसाठी इरेस पकडले आहे, आणि स्वगृहात स्थानबद्ध झालेले पांढरे हत्ती हे पाहून आणखीनच पांढरे फटक पडून निष्क्रिय झाले आहेत. आणि या मुस्कटदाबीतून ते केव्हा सुटू शकतील हे काही सांगता येत नाही. अशा रीतीने पांढऱ्याच्या पिछाडीला मुसंडी मारून काळ्या हत्तीने पांढऱ्याला सापळ्यात पकडले आहे.

उत्तर क्र. २ : सद्य:स्थितीत..., उं जी ७, ही आक्रमक चाल करून पांढऱ्या हत्तीवर प्राणघातक हल्ला चढविण्याची काळ्याची दहशत दिसून येते, तेव्हा पांढरा पुढील चाली करू शकतो. उदा.

१३ डी ४, उं जी ७; १४ रा डी २, उं एच ६ शह; १५ रा ई २, घो एफ ६; १६ जी ३, ०-०; १७ रा एफ ३, ह एफ सी ८; १८ रा जी २, ह सी ८-सी २; आणि मग काळा डाव सहज जिंकू शकतो. याचे कारण एकच की, एकाच वेळी दोन्ही पांढरे घोडे इरेस पकडले गेलेत आणि स्वगृहातच स्थानबद्ध झालेले पांढरे हत्ती चीं चीं करीत सोंडा तोंडात घालून गर्भगळित होऊन गेले आहेत. त्यावर पांढऱ्याला योग्य ती तोड काढून ही अडकलेली मोहोरी मोकळी करण्याची संधी मिळत नाही. म्हणून त्याला डाव सोडून देणे भाग पडते. आणि हत्ती, घोडे प्यादी असून हार खावी लागते मुखस्तंभित होऊन.

◎

डाव (सापळा) क्र. ५३

कारोकानचा बचाव

प्लाय माऊथ (१९३८)

पांढरी	काळी
अलेखाईन	*ब्रूस*
१) ई ४,	**सी ६**
२) घो सी ३,	**डी ५?**
३) घो एफ ३	**...,**

सर्वसाधारणपणे ३ डी ३, किंवा डी ४, अशा चाली बहुधा करतात. परंतु डाव वाढीसाठी बाहेर काढलेले हे दोन्ही घोडे बऱ्याच करामती करू शकतात.

३) ...,	**डी × ई ४,**
४) घो × ई ४,	**उं एफ ५ ?**

ही घोडचूक आहे. याहून, ४..., उं जी ४ ही चाल समयोचित आहे.

५) घो जी ३,	**उं जी ६?**

आणि उंटाची ही माघार 'दे माय धरणी ठाय' ची आठवण करून देते. सद्य:स्थितीत..., उं जी ४ ही जरी वेळ फुकट दवडणारी चाल असली तरीही अजून करता येण्याजोगी, समयोचित चाल आहे.

६) एच ४!	**एच ६,**

उंटाला माघार घेण्यासाठी केलेली ही पूर्वतयारी आहे.

७) घो ई ५,	**...,**

पांढरा ८ घो × जी ६ ही आक्रमक चाल करून, काळ्याची प्यादी रचना विस्कळित करण्याची दहशत देतो.

७) ...,	**उं एच ७,**
८) व एच ५,	**...,**

आणि पांढरा पुढील चालीत मात करण्याची धमकी देतो.

८) ...,	**जी ६, (क)**

डाव (सापळा) क्र. ५३ वरील प्रश्नांची उत्तरे :

(आकृती क्र. ५३ पाहा.)

उत्तर क : उंटाला पर्यायी चाल नाही उरली म्हणून, काळ्याने प्यादे, वजीरावर घालून, दुर्दैवी उंटाला टाकले आहे जिवंत गाडून!

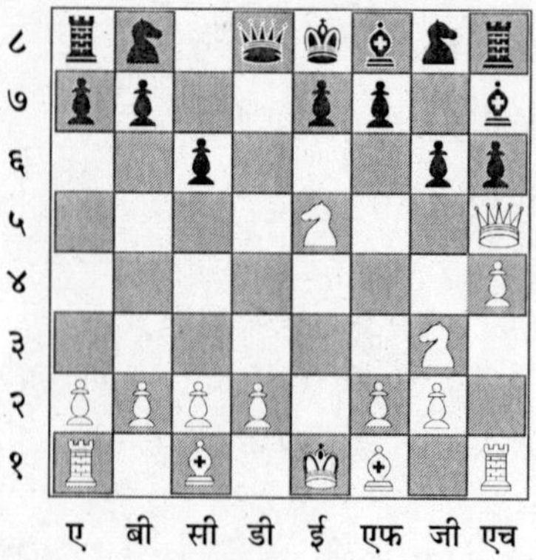

आकृती क्र. ५३

उत्तर क्र. २ : वजीराला मारण्यासाठी काळे प्यादे चालून आले असतानाही तिकडे जाणूनबुजून दुर्लक्ष करून, योजनेनुसार पुढीलप्रमाणे आक्रमक चाली करून पांढऱ्याने डाव जिंकला. उदा.

९) उं सी ४!, **...,**

वजीराच्या बलिदानाची तयारी केली आहे कारण, काळ्याने जर (९)..., जी × एच ५ ही खेळी केल्यास, पांढरा (१०) उं × एफ ७ मात करतो.

९) ...,	**ई ६**
१०) व ई २,	**...,**

काळ्याला गवसत नाही आशेचा किरण! त्यात पांढऱ्याने केले आहे नवे आक्रमण!

१०) ...,	**घो एफ ६,**
११) घो × एफ ७,	**रा × एफ ७**
१२) व × ई ६ शह,	**काळा राजीनामा देतो,**

कारण, जर (१२) ..., रा जी ७; मग पांढरा (१३) व एफ ७ मात करतो: बुद्धिबळ खेळ, कंटाळवाणा, क्लिष्ट आहे, असे गैरसमज आहेत. मोठ्या स्पर्धेमधील अगदी थोड्या वेळात संपलेला, लक्षात राहील असा हा आगळा डाव जरूर खेळून पाहावा.

◎

डाव (सापळा) क्र. ५४

अलेखाईनचा बचाव

डास मोइन्स (१९५०)

पांढरी	काळी
ॲडाम्स	*एक बुद्धिबळ पटू*
१) ई ४,	घो एफ ६
२) ई ५,	घो डी ५;

३) डी ४, **डी ६**
४) सी ४, **घो बी ६**
५) एफ ४, **...,**

पांढऱ्याने संभाव्य धोका पत्करून योजनापूर्वक, जणू प्यादी पुढे चालविली आहेत. तेव्हा त्याची केंद्र प्यादी कमकुवत होतील हे जरी खरे असले तरी संधी साधून काळे घोडे निकृष्ट स्थानात हाकलावयाची असा पांढऱ्याचा युक्तिवाद आहे.

५) ..., **डी × ई ५**
६) एफ × ई ५, **जी ६**
७) उं ई ३, **उं जी ७**

काळ्याची योजना स्पष्ट आहे. ..., सी ५ ही संभाव्य आक्रमक चाल करून पांढरे रा-प्यादे उखडून टाकण्यासाठी त्याने ..., उं जी ७ ही खेळी केली आहे. तसे पाहता ही एक उत्कृष्ट हिकमती योजना आहे. परंतु त्यामधून उद्‌भवू शकणारा संभाव्य डावपेचांचा गुंता त्याने ध्यानात घेतला नाही.

८) घो सी ३, **सी ५** **(क)**

आठव्या खेळीनंतरची स्थिती आ. ५४ मध्ये दिली आहे. ती पाहा.

डाव (सापळा) क्र. ५४ वरील प्रश्नांची उत्तरे

उत्तर क : यासाठी काळ्याच्या सातव्या चालीवरील टीप पाहा, आठवी चाल वरवर पाहता चांगली वाटते, परंतु सद्य:स्थितीत, किल्लेकोट करणे, जास्ती सुरक्षित आहे. कारण काळा राजा, संभाव्य धोकादायक संकटापासून दूर ठेवणे इष्ट आहे.

उत्तर क्र. २ : पांढरा पुढीलप्रमाणे आक्रमक चाली करून डाव जिंकतो, उदा.

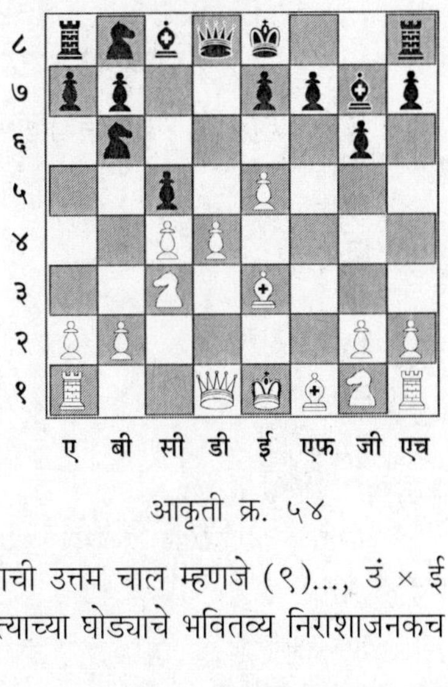

आकृती क्र. ५४

९) डी ५,
...,

सद्य:स्थितीत त्यातल्या त्यात काळ्याची उत्तम चाल म्हणजे (९)..., उं × ई ५; (१०) उं × सी ५ वगैरे. तरीसुद्धा त्याच्या घोड्याचे भवितव्य निराशाजनकच आहे.

९) ...,	**व सी ७?;**

काळ्याची महत्त्वाकांक्षा दांडगी आहे. कारण, त्याचे सी ५ चे प्यादे न देत त्याला पांढऱ्याचे रा-प्यादे फुकटात मारावयाचे आहे, हे सारे अती तेथे माती आहे.

१०) डी ६!,	**...,**

पांढऱ्याने तत्काळ मिळालेल्या संधीचा फायदा घेऊन, त्याला हवा आहे तसा तो डावपेचांचा गुंता वाढवू शकतो.

१०) ...,	**ई × डी ६,**
११) घो बी ५,	**व ई ७**
१२) घो × डी ६+,	**रा एफ ८**
१३) घो × सी ८,	**घो × सी ८**
१४) उं × सी ५!	**काळा राजीनामा देतो.**

कारण काळ्याने जर उंट कापला, तर पांढरा (१५) व डी ८ मात करतो. तेव्हा काळ्या राजाला सुरक्षित न ठेवता, काळा, हिकमती डावपेच टाकण्याची घाई करतो. हा वेडेपणा त्याला फार महाग पडतो. कारण सुरुवातीला प्रथम डाव वाढ पूर्ण करण्याचे सोडून देऊन खूप दूरवरच्या योजना राबविण्यासारखा धोका दुसरा नाही. या डावात काळ्याने नेमके हेच केल्याने अंती त्याला हार खावी लागते.

या डावाला **'चढेल तो पडेल!'** हा मथळा योग्य आहे.

◎

डाव (सापळा) क्र. ५५

अलेखाईनचा बचाव

फेलिक्झटोव्ह (१९४९)

पांढरी	**काळी**
कुलर	***डर्बी***
१) ई ४,	**घो एफ ६**
२) ई ५,	**घो डी ५**
३) सी ४,	**घो बी ६**
४) सी ५	**...,**

अशा घिसाडघाईने पुढे गेलेल्या पांढऱ्या प्याद्या, पुढे नकळत खूप कमकुवत होत जातात.

४) ...,	**घो डी ५,**
५) घो सी ३,	**घो × सी ३,**

६) डी × सी ३, **डी ६**

७) व बी ३,!? **...,**

अकारण पुढे गेलेल्या प्याद्यांच्या भवितव्याची चिंता न करता, पांढरा चढाईच्या जोशात आहे.

७) ..., **डी × ई ५,?** **(क)**

डाव (सापळा) क्र. ५५ वरील प्रश्नांची उत्तरे :
(आकृती क्र. ५५ पाहा.)

उत्तर क : ७..., डी × ई ५? ही खेळी करून काळा नकळत भीषण घोटाळ्यात पडतो. या खेळीऐवजी त्याने ७..., घो सी ६! ही वेळ वाचवणारी आणि डाववाढ साधणारी चाल करावयास हवी होती.

उत्तर क्र. २ : पांढरा पुढीलप्रमाणे आक्रमक चाली करून डाव जिंकतो.

८) उं जी ५!

...,

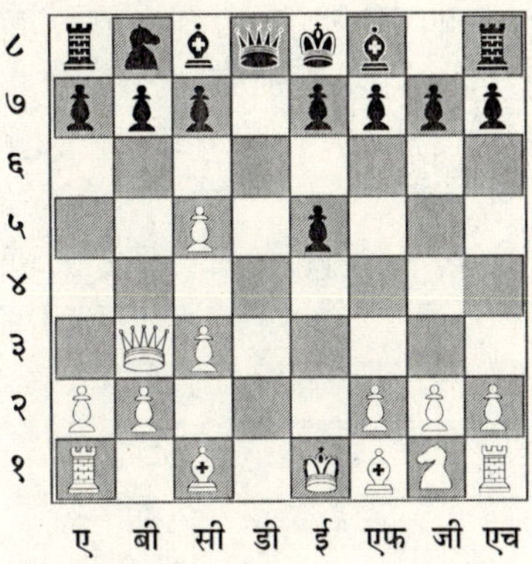

आकृती क्र. ५५

या समयोचित चालीमुळे पुढे मातची दहशत देता येते. उदा. ९ उं सी ४ ही चढाईखोर चाल केल्यास, काळ्याला..., ई ६ ही खेळी करणे शक्य होत नाही, येथे मुख्य पर्यायी चाली पुढीलप्रमाणे होतील. ८..., एफ ६, ९ ह डी १, उं डी ७ (जर ९..., घो डी ७, १० उं सी ४! ही निर्णायक ठरते.) १० व × बी ७, घो सी ६, ११ ह × डी ७ ! रा × डी ७ १२ उं बी ५, एफ × जी ५, १३ व × सी ६ शह, रा सी ८, १४ उं ए ६ शह आणि पुढील चालीत पांढरा मात करतो.)

८) ..., **उं ई ६,**

९) व × बी ७, **घो डी ७,**

१०) ०-०-० **...,**

पांढरा ११ सी ६ ची धमकी देऊन पुढे जिंकतो.

१०) ..., **व सी ८**

११) व सी ६,	**ए ६**

नाहीतर १२ उं ए ६ ही चाल भेदक ठरते.

१२) घो एफ ३,	**...,**

आता काळ्याने नुसती १२..., एफ ६ अशी चाल करून भागत नाही; कारण, मग १३ व × ई ६, एफ × जी ५, १४ घो × जी ५, सी ६; १५ व एफ ७ शह, रा डी ८, १६ घो ई ६ मात.

१२) ...,	**ह ए ७,**
१३) घो × ई ५,	**एफ ६,**
१४) उं सी ४,	**काळा राजीनामा देतो**

कारण जर १४..., एफ × जी ५ किंवा जर १४..., एफ × ई ५ मग पांढरा १५ उं × ई ६ ही हल्लेखोर चाल करतो. येथे दुसरा पर्याय म्हणजे १४..., उं × सी ४, १५ ह × डी ७, उं बी ५, १६ ह डी ८ दु. शह रा × डी ८ १७ घो एफ ७ मात होते.

काळ्याने केलेल्या सातव्या चुकीच्या चालीसाठी त्याला खूप मोठी किंमत मोजावी लागते. थोडक्यात सांगावयाचे झाल्यास, जर चुकीच्या कारण परंपरेतून, बरोबर हेतू साध्य झाले तर बुद्धिबळ खेळाडू भांबावून जातो. याची प्रचीती वरील मनोरंजक डावावरून येते.

◎

डाव (सापळा) क्र. ५६

निम्झोविचचा बचाव

बुडापेस्ट (१९३९)

पांढरी	काळी
एक बुद्धिबळपटू	*बरॅक्झ*
१) ई ४,	**घो सी ६**
२) डी ४,	**डी ५**
३) ई × डी ५,	**...,**

पांढऱ्याने ३ ई ५, ही खेळी करून त्याचा पुढावा राखून ठेवण्याची कोशिश करावयास हवी होती.

३) ...,	**व × डी ५**
४) घो एफ ३,	**उं जी ४**

याला सुरक्षित अशी उत्तरदायी चाल म्हणजे (५) उं ई २ ही होय आणि काळ्याने फुकटात प्यादे मारण्याचे ठरवले तर त्याचा शेवट दुःखदायी होतो. उदा. ५... उं × एफ ३, ६ उं × एफ ३, व × डी ४? ७ उं × सी ६ शह देऊन काळा वजीर सहज मारता येतो.

५) घो सी ३?!	**उं × एफ ३!?**
६) घो × डी ५,	**उं × डी १**
७) घो × सी ७ शह,	**रा डी ७**
८) घो × ए ८,	**उं × सी २**

आता ए ८ मधील पांढरा घोडा यशस्वी रीतीने निसटू शकतो किंवा नाही यावर डावाचे भवितव्य अवलंबून आहे.

९) उं एफ ४	**...,**

ही चाल करून पुढे घो सी ७ ची बचावात्मक चाल करण्याची मनीषा पांढरा बाळगतो.

पांढऱ्याच्या नवव्या खेळीनंतरची स्थिती आकृती क्र. ५६ मध्ये दिली आहे, ती पाहा.

प्रश्न क्र १ : आता काळ्याने नेमके काय करावयास हवे आहे ते थोडक्यात सांगा.

डाव (सापळा) क्र. ५६ वरील प्रश्नांची उत्तरे :

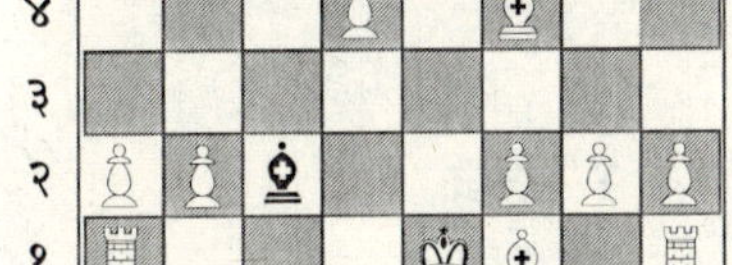

आकृती क्र. ५६

उत्तर क्र. १ : ए ८ मधला घोडा, बाहेर काढण्याच्या नादात, पांढरा गुंतलेला पाहून, काळ्याने प्रथम, राजाच्या बाजूकडील मोहोरी बाहेर काढून कार्यान्वित करावयास हवे आहे.

काळा पुढीलप्रमाणे चाली करून डाव जिंकतो. उदाहरणार्थ–

९) ..., ई ५;

अमूल्य वेळ वाचविला आहे. आता जर पांढऱ्याने १० उं × ई ५, तर मग काळा १०..., उं बी ४ शह ११ रा ई २, घो × ई ५, १२ डी × ई ५. घो ई ७ १३ ह सी १ उं ई ४, १४

घो सी ७, आणि बाहेर काढलेला पांढरा घोडा मारता येतो.

१०) डी × ई ५, ...,

एच २-बी ८ ह्या कर्णावरील उंटाचा मारा खंडित होतो.

१०) ..., उं बी ४ शह;

११) रा ई २; घो जी ई ७;

१२) ई ६ शह, एफ × ई ६;

१३) घो सी ७, ...,

उंटाचा खंडित झालेला कर्ण मार्ग खुला होताच, अडकून पडलेल्या घोड्याला पांढरा शेवटी टाच मारून बाहेर काढतो. हे जरी खरे असले तरी त्याच्यापुढे कोणते ताट मांडून ठेवले आहे, हे त्याच्या ध्यानात येत नाही.

१३) ..., घो डी ४ शह,

१४) रा ई ३, घो ई एफ ५ मात

ह्या डावावरून दिसून येईल की, वजीर विरोधी राजाला चटदिशी, कैचीत पकडून सहज मात करू शकतो. तेव्हा ही बाब काही तशी उल्लेखनीय होत नाही. परंतु तीच गोष्ट जर लहान बुद्धिबळांनी सादर केली तर ती एक उल्लेखनीय मात करण्याची मोहीम होईल हे वैशिष्ठ्य ह्या डावातून दिसून येते.

◎

डाव (सापळा) क्र. ५७

वजीराच्या आमिषाला नकार

पॅरिस (१९००)

पांढरी	काळी
मार्शल	*बर्न*
१) डी ४;	डी ५,
२) सी ४,	ई ६;
३) घो सी ३,	घो एफ ६,
४) उं जी ५,	उं ई ७,
५) ई ३;	०-०,

आता किंवा पुढील खेळीत, काळ्याला..., घो बी डी ७ ही चाल करावी लागेल. येथे एक बाब लक्षात ठेवावी म्हणजे जेव्हा पांढरा उं × एफ ६, ही खेळी करतो, तेव्हा तो उंट मारण्यासाठी हा घोडा वेळीच योग्य जागी बाहेर काढणे इष्ट ठरते.

६) घो एफ ३, बी ६,
७) उं डी ३, उं बी ७,
८) सी × डी ५, ई × डी ५,

येथे ८..., घो × डी ५; ही डावाचा गुंता सोडविणारी चाल, काळ्याला पुढे उपयोगी ठरली असती.

९) उं × एफ ६, उं × एफ ६,
१०) एच ४, ...,

आणि पांढरा मग ११ उं × एच ७ शह. रा × एच ७; १२ घो जी ५ शह अशी दहशत देऊ शकतो आणि त्यातून उद्‌भवणारा गुंता जाचक ठरतो. त्यातही एफ ६ मधील घोड्याचा अभाव ही बाब काळ्याला मोठ्या अडचणींत टाकणारी आहे.

१०) ..., जी ६

पांढऱ्याच्या दहशतीचे निवारण काळ्याने केले आहे खरे, परंतु ते एच पट्टी मोकळी पडण्याचा धोका पत्करूनच.

११) एच ५, ...,

आता ११..., जी ५ ही चाल करून चालणार नाही, कारण मग, १२ एच ६ आणि नंतर १३ व सी २ ही चाल करून किल्लेकोटाचे एक प्यादे फुकटात मारता येते.

११) ..., ह ई ८
१२) एच × जी ६, एच × जी ६,
१३) व सी २, उं जी ७ (क)

तेराव्या खेळीनंतरची स्थिती आ. ५७ मध्ये दिली आहे, ती पाहा.

डाव (सापळा) क्र. ५७ वरील प्रश्नांची उत्तरे

उत्तर क : काळ्याने १३ वी चाल संरक्षक बचाव फळीच्या दृष्टीने केली आहे खरी, परंतु ही फार उशिरा आलेली जाग आहे.

उत्तर क्र. २ : पांढरा पुढीलप्रमाणे आक्रमक बलिदानी चाल करून, डाव जिंकतो. उदा.

१४) उं × जी ६, ...,

काळ्या राजाच्या किल्लेकोटाची – प्याद्यांची तटबंदी, पांढरा, उंटाचे बलिदान करून फोडीत आहे.

१४) ..., एफ × जी ६,

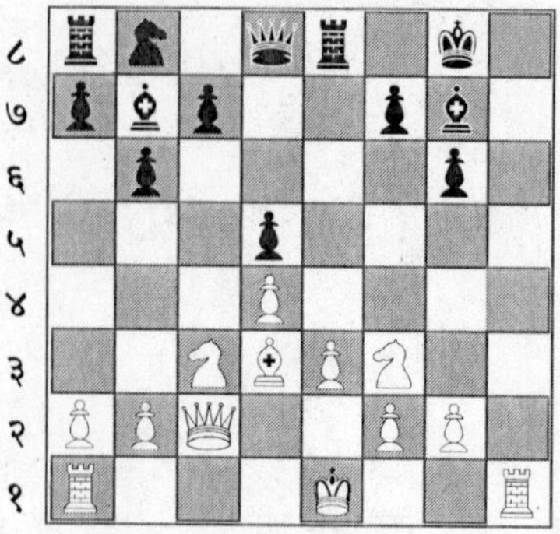

ए बी सी डी ई एफ जी एच

आकृती क्र. ५७

१५) व × जी ६,

घो डी ७,

१६) घो जी ५,

...,

पांढरा दोन मार्गांनी मात करू शकतो.

१६) ...,

व एफ ६,

काळा, दोहोंपैकी एका माऱ्यापासून १७ व एफ ७ शह मातपासून बचाव करू शकतो. परंतु; दुसऱ्या माऱ्यापुढे त्याचे काही चालत नाही.

१७) ह एच ८ शह! **काळा राजीनामा देतो,**

कारण जर १७...; रा × एच ८ मग १८ व एच ७ मात होते. अशा रीतीने मोठ्या तडफेने पांढऱ्याने हसत हसत मात केली.

१९०० मध्ये पॅरिस येथे आयोजित केलेल्या आंतरराष्ट्रीय स्पर्धेत बुद्धिबळ पंडित 'मार्शलने' त्याच्या तरुणपणी जिंकलेला हा एक नेत्रदीपक डाव आहे. जवळजवळ ३० वर्षे तो यू. एस. चा चॅम्पियन होता.

◎

डाव (सापळा) क्र. ५८

वजीराच्या आमिषाला नकार

न्यूयॉर्क (१९१३)

पांढरी	काळी
मार्शल	*क्लाईन*
१) डी ४,	डी ५,
२) सी ४,	ई ६;
३) घो सी ३,	घो एफ ६,
४) घो एफ ३,	उं ई ७,
५) उं जी ५,	घो बी डी ७,
६) ई ३,	०-०,

७) ह सी १, **बी ६,**

या खेळीनंतर काळ्याच्या दृष्टीने पांढरी घरे कमकवुत होण्याच्या धोका संभवतो. एवढ्याचसाठी आधुनिक बुद्धिबळपटू ७..., सी ६ ही तटस्थ उपयुक्त चाल पसंत करतात.

८) सी × डी ५, **ई × डी ५**

९) व ए ४, **...,**

या चालीने, काळ्या वजीराच्या बाजूकडील पांढऱ्या घरांचा कमकुवतपणाचा फायदा उपटण्याचे धोरण, पांढरा अमलात आणीत आहे, तेव्हा, प्यादे देऊ करून, प्रतिटोला हाणण्याचे समयोचित धोरण काळ्याला जास्ती उपयुक्त ठरते. उदा. ९..., सी ५! १० व सी ६, ह बी ८ ११ घो × डी ५, घो × डी ५ १२ व × डी ५, उं बी ७. मग काळ्याला दिलासा मिळू शकतो.

९) ..., **उं बी ७,**

१०) उं ए ६, **उं × ए ६,**

११) व × ए ६, **सी ६,**

भीतीने कापरे भरलेली चाल आहे, आणि भित्यापाठी ब्रह्मराक्षस कसा असतो ते लवकरच दिसून येईल. याहून, ११..., सी ५ ही पर्यायी चाल जास्ती उत्साहवर्धक आहे.

१२) ०-० **घो ई ४,**

१३) उं × ई ७, **व × ई ७,**

१४) व बी ७, **...,**

विजिगिषू चाल आहे.

१४) ..., **ह एफ सी ८,**

डाव (सापळा) क्र. ५८ वरील प्रश्नांची उत्तरे. आकृती क्र. ५८ पाहा.

उत्तर क्र. १ : काळ्याच्या दृष्टीने असणाऱ्या कमकुवत पांढऱ्या घरांवर अर्ध मोकळ्या सी पट्टीवर दबाव वाढवीत, पांढरा, बलिदानी आक्रमक धोरण स्वीकारतो. उदा. –

१५) घो × डी ५, **व डी ६**

येथे जर १५..., सी × डी ५ मग पांढरा १६ ह × सी ८ शह देऊन एक प्यादे आणि एक हत्ती मारून वस्तुनिष्ठ लाभ सहज करून घेतो.

१६) ह × सी ६! **काळा राजीनामा देतो**

कारण पुढीलप्रमाणे ३ सापळे दडलेले आहेत.

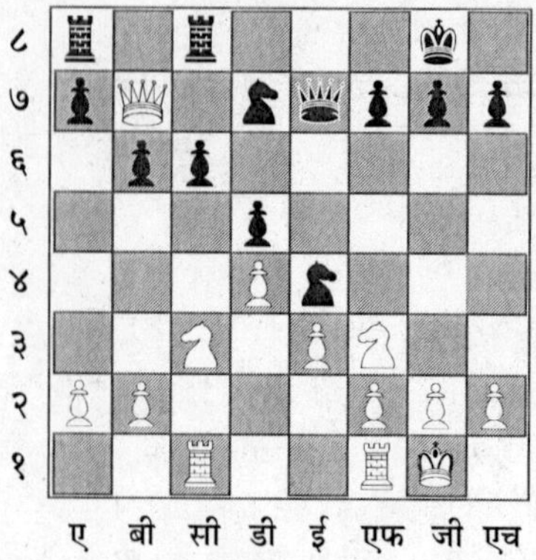

आकृती क्र. ५८

पहिला सापळा : काळ्याने जर १६..., व × डी ५ चाल केल्यास पांढरा १७ ह × सी ८ शह देऊन काळा वजीर मारतो.

दुसरा सापळा : काळ्याने जर १६..., व × सी ६ चाल केल्यास पांढरा १७ घो ई ७ शह देऊन द्विघाती हल्ल्यात काळा वजीर मारतो.

तिसरा सापळा : शेवटी काळ्याने जर १६..., ह × सी ६ चाल केल्यास पांढरा १७ व × ए ८ शह, घो एफ ८, १८ व × सी ६, व × सी ६, १९ घो ई ७ शह देऊन, द्विघाती हल्ला करून काळा वजीर मारतो.

एकूण, पांढरा, एक प्यादे आणि हत्ती फुकटात मारून वस्तुनिष्ठ आणि स्थितिवाचक लाभ मिळवून अंती डाव जिंकू शकतो.

उत्तर क्र. २ : या डावामध्ये एक गोष्ट ठळकपणे दिसून येते ती म्हणजे काळ्याच्या दृष्टीने कमकुवत झालेल्या पांढऱ्या घरांवर आणि अर्ध मोकळ्या सी पट्टीवर पांढरा वाढता दबाव आणतो, त्यामुळेच त्याला समयोचित, निर्णायक डावपेच घालता आलेत, विशेषत: अश्वाचा द्विघाती हल्ला, असामान्य स्वप्नील गल्ला मिळवून देतो.

◎

डाव (सापळा) क्र. ५९

वजीराच्या आमिषाला नकार

बेनॉस एरीस (१९५२)

पांढरी	**काळी**
कॅसस	***पायझ्झीनी***
१) डी ४,	**डी ५,**
२) सी ४,	**ई ६;**
३) घो सी ३,	**घो एफ ६,**
४) घो एफ ३,	**उं ई ७,**
५) उं जी ५,	**घो बी डी ७,**

६) ई ३, ०-०,
७) व सी २, सी ५,
८) सी × डी ५, घो × डी ५,

सर्वसाधारणपणे, पुढीलप्रमाणे चाली होऊ शकतात. ९ उं × ई ७, व × ई ७ १० घो × डी ५ ई × डी ५, ११ डी × सी ५ घो × सी ५ अशा रीतीने सुटे पडलेल्या 'व' प्याद्याच्या बदल्यात, काळ्याला डावपेच घालण्याची मुभा मिळू शकते पण सुटे 'व' प्याद्यावर मात्र पांढऱ्या बुद्धिबळांचा दबाव वाढतो.

९) घो × डी ५, ...,

आतासुद्धा वर आठव्या खेळीवर टीप दिल्याप्रमाणे वागण्याची मुभा मिळू शकते; ९..., ई × डी ५ १० उं × ई ७, व × ई ७ वगैरे, परंतु तो पुढीलप्रमाणे खेळी करतो.

९) ..., उं × जी ५
१०) एच ४, ...;

काळ्याला सापळ्यात पकडण्याचा हा एक प्रयत्न आहे, तेव्हा त्याने, १० ..., उं ई ७ ही चाल करून प्रखर विरोध करण्याची तयारी करावयास हवी आहे. परंतु तो पुढील खेळी करतो.

१०) ..., व ए ५ शह??

डाव (सापळा) क्र. ५९ वरील प्रश्नांची उत्तरे : आकृती क्र. ५९ पाहा.

उत्तर क्र. १ : काळ्या उंटावर प्याद्याचा मारा होताना, तसेच एच पट्टी मोकळी होण्याचा धोका पत्करून काळ्याने चढविलेला वजीराचा शहरूपी अकाली हल्ला त्याच्या अंगाशी येतो, याची जाणीव मात्र काळ्याला नसावी.

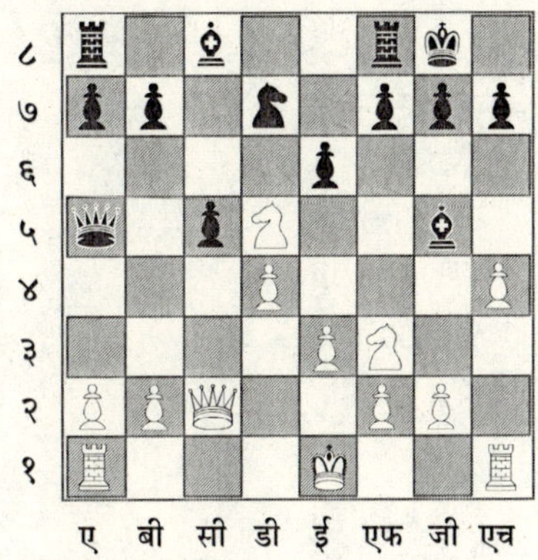

आकृती क्र. ५९

उत्तर क्र. २ : पांढरा पुढीलप्रमाणे विस्मयकारक चाली करून, काळ्याला संभ्रमात पाडून अंती डाव जिंकतो उदा.

११) बी ४!! ...,

स्वप्नातही येणार नाही असा प्रतिटोला अचानकपणे काळ्याच्या जिव्हारी बसतो. अशा वेळी काळा वजीर माघारी घेण्यासही

उसंत मिळत नाही. कारण पांढरा (१२) एच × जी ५ ही चाल करून पुढे व × एच ७ मातची धमकी देतो. अशा रीतीने, पांढऱ्याला वस्तुनिष्ठ आणि स्थितिवाचक लाभ मिळतो.

११) ..., **सी × बी ४**

वर वर पाहता, हा एक हुशारीचा डावपेच वाटतो, उदा. पांढऱ्याने जर १२ एच × जी ५ ही चाल केल्यास काळा, (१२) ..., बी ३; काटशह देऊन बी १-एच ७ या धोकेबाज कर्णावरून पांढऱ्या वजीराला हलण्याची ताकीद देतो. तेव्हा पांढरा (१३) व डी २, किंवा (१३) व सी ३ ही खेळी करतो. मग काळा (१३) ..., व × डी ५ ही खेळी करून मेलेल्या उंटाचे उट्टे फेडून घेतो. अशा दिवास्वप्नात काळा रंगलेला आहे. परंतु पांढऱ्याने वस्तुस्थितीचा सखोल अभ्यास करून, पुढील आक्रमक चाली केल्या.

१२) व × एच ७ शह, **रा × एच ७**

१३) एच × जी ५ काटशह, **रा जी ६**

१४) घो ई ७ मात

अशा रीतीने, अचानक धक्का देणारा, महान आश्चर्यकारक, सुसंघटित हल्ला प्रतिस्पर्ध्याला चारीमुंडी चीत करतो.

◎

डाव (सापळा) क्र. ६०

वजीराच्या आमिषाला नकार

न्यूयॉर्क (१९२९)

पांढरी	काळी
हॅनाडर	*बार्था*
१) डी ४,	घो एफ ६;
२) घो एफ ३,	ई ६,
३) सी ४,	डी ५,
४) उं जी ५	घो बी डी ७,
५) ई ३,	उं ई ७,
६) घो बी डी २,	...,

नेहमीच्या घो सी ३, याहूनही वेगळी चाल आहे. डी २ मधील घोड्याला तसा 'वाव' कमी असतो, परंतु तो सी ४ मार्गे, ई ५ मध्ये जाऊन 'ताव' मारू शकतो.

६) ...,　　　　　　　　　　　　　　० - ०

७) उं डी ३,　　　　　　　　　　　　ए ६,

अशा स्थितीत..., सी ५, ही चाल करून काळ्याला समतोल साधणे शक्य होते.

८) ० - ०,　　　　　　　　　　　　सी ५,

९) व ई २,　　　　　　　　　　　　ह ई ८

हत्ती अनाठायी येथे आणून काही साधत नाही, परंतु त्यामुळे काळ्या एफ ७ प्याद्याचा जोर जातो नि ते कमकुवत बनण्याचा धोका उत्पन्न होतो.

१०) ह एफ डी १,　　　　　　　　　सी × डी ४,

११) ई × डी ४,　　　　　　　　　　डी × सी ४,

पांढरे व प्यादे सुटे ठेवण्याच्या घाईत काळा मात्र पांढऱ्या कर्दनकाळ घोड्याला संभाव्य ई ५ च्या आतील गोटात आणवून त्याची भेदकता आणखी तीव्र करतो.

१२) घो × सी ४,　　　　　　　　　बी ५,

१३) घो सी ई ५,　　　　　　　　　उं बी ७

१४) उं × एफ ६,　　　　　　　　　जी × एफ ६,　　(क)

डाव (सापळा) क्र. ६० वरील प्रश्नांची उत्तरे (आकृती क्र. ६० पाहा.)

उत्तर क : ई ५ मधल्या बलशाली घातक घोड्याला उचकून लावण्यासाठी काळ्याने ही आत्मघातक निर्णयदायी घोडचूक केली आहे.

उत्तर क्र. २ : पांढरा आक्रमक चाली करून डाव जिंकतो. उदा.,

१५) घो × एफ ७ !!

...,

भयंकर बॉंबस्फोटच !!

१५) ...,

रा × एफ ७

१६) घो ई ५ शह !!

...,

दुसरी उत्कृष्ट भेदक चाल आहे की ज्यामुळे काळ्याच्या चालीवर बंधन पडते.

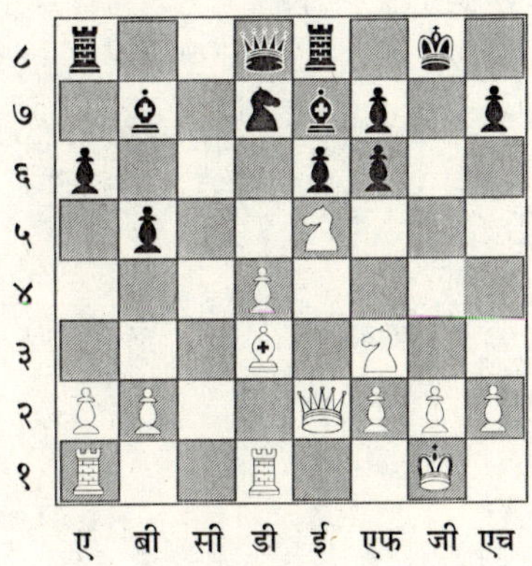

आकृती क्र. ६०

कारण जर (१६) ..., रा एफ ८ किंवा (१६) ..., रा जी ८ मग (१७) व एच

५ ने पां. जिंकतो. आणि जर (१६) ..., रा जी ७ (१७) व जी ४ शह निर्णायक ठरते.

१६) ...,　　　　　　　　　　　एफ × ई ५;

येथे जर (१६) ..., घो × ई ५ मग पांढरा (१७) व एच ५ शह, घो जी ६ (१८) व × एच ७ शह वगैरे.

१७) व एच ५ शह,　　　　　　　　रा जी ७,

१८) व × एच ७ शह,　　　　　　　रा एफ ८

१९) व एच ६ शह,　　　　　　　　...,

लढाईच्या ऐन धुमश्चक्रीत पांढऱ्याला (१९) उं जी ६! मग (२०) व एफ ७ मात किंवा व एच ८ मात ह्या निर्णायक चालींचे विस्मरण होते.

१९) ...,　　　　　　　　　　　रा जी ८

२०) उं एच ७ शह　　　　　　　काळा राजीनामा देतो,

काळ्याच्या दृष्टीने एकच बाब उरते. ती म्हणजे कोणत्या मार्गाने मात करून घ्यावयाची ही होय. उदा.

(२०)..., रा एफ ७ (२१) व जी ६ शह, रा एफ ८ (२२) व जी ८ मात; किंवा (२०) ..., रा एच ८, (२१) उं जी ६ काटशह, रा जी ८, (२२) व एच ७ शह. रा एफ ८, (२३) व एफ ७ मात किंवा (२३) व एच ८ मात करतो.

◎

डाव (सापळा) क्र. ६१

वजीराच्या आमिषाला नकार

न्यूयॉर्क (१९२६)

पांढरी	काळी
ई. लास्कर	*विंकलमन*
१) घो एफ ३,	घो एफ ६
२) डी ४,	डी ५,
३) सी ४,	ई ६,
४) उं जी ५,	घो बी डी ७,
५) ई ३,	उं ई ७
६) घो सी ३,	०-०;
७) उं डी ३,	ए ६,

आता आणि पुढील एकदोन खेळींपर्यंत असे चालू शकेल, परंतु तरीही आता..., सी ५ ही सहजपणे समतोल सावरणारी चाल आहे.

८) घो ई ५!? डी × सी ४,

९) घो × सी ४, बी ५??

ही एक उद्दिष्टविघातक घोडचूक आहे, ह्यामुळे रणधुमाळीत संचार करणाऱ्या पांढऱ्या घोड्याला, काळ्याच्या आंतर गोटात शिरण्यासाठी आंतर मार्ग आखण्यासाठी आयता वाव मात्र मिळतो.

१०) घो ए ५! सी ५,

११) घो सी ६, व ई ८,

१२) व एफ ३ ! ...,

या खेळीनंतरची स्थिती आकृती क्र. ६१ मध्ये दिली आहे, ती पाहा.

डाव (सापळा) क्र. ६१ वरील उत्तरे आकृती क्र. ६१ पाहा.

उत्तर क्र. १ : काळ्याच्या दृष्टीने अगदी असह्य आणि जाचक स्थिती आहे. कारण, पांढरा (१३ घो × ई ७ शह देऊन पुढे १४ व × ए ८ चाल करून) उत्कृष्ट वस्तुनिष्ठ लाभ करून घेऊ शकतो.

आकृती क्र. ६१

उत्तर क्र. २ : वरील गोष्ट जाणून काळा जरी बचावात्मक चाली करतो, तरीही पांढरा सुसंघटित रीतीने हल्ल्यावर हल्ले चढवून डाव जिंकतो, उदा.

१२) ..., घो बी ६,

आणि संभाव्य हल्ल्यात सापडू शकणाऱ्या हत्तीला जोर केला आहे. येथे १२..., उं बी ७ ?? ही चाल केल्यास पांढरा १३ घो × ई ७ शह देऊन एक मोहोरे फुकटात मारतो.

१३) घो ई ४!, ...,

या शक्तिशाली अघोर टोल्यामधील जाणवणारा पहिला मुद्दा असा आहे, की जर १३..., व × सी ६ मग पांढरा १४ घो × एफ ६ शह देऊन काळा वजीर गारद करतो. याहूनही जास्ती मजेशीर पर्यायी चाली म्हणजे १३..., उं बी ७; मग पांढरा १४ घो × ई ७ शह. व × ई ७; १५ घो × एफ ६ शह जी × एफ ६, १६ व

एच ५ ही चढाईखोर चाल करून पां. मातची धमकी देतो. तेव्हा मात टाळण्यासाठी काळ्याला १६..., एफ ५ ची चाल करणे भाग पडते, मग काळ्या वजीराला, पांढरा, उंटाने सहज गारद करून अंती डाव जिंकू शकतो.

१३) ..., **घो एफ डी ५ ने काळा** डाव लवकर घालवतो. पण जर १३..., घो × ई ४, १४ घो × ई ७ शह, रा एच, ८ १५ उं × ई ४ नंतर काळ्याचा भयंकर वस्तुनिष्ठ असा तोटा होतो.

१४) घो × ई ७ शह,	**घो × ई ७**
१५) घो एफ ६ शह	**काळा राजीनामा देतो.**

कारण १५..., जी × एफ ६ १६ उं × एच ७ शह, रा × एच ७, १७ व एच ५ शह, रा जी ७; १८ व एच ६ शह, रा जी ८, १९ उं × एफ ६ घो जी ६. २० व जी ७ मात, अशा रीतीने हा डाव सुंदर रीतीने संपविला आहे.

उत्तर क्र. ३ : या डावावरून दिसून येईल की वजीराच्या बाजूकडे रोखलेला हल्ला एकाएकी राजाच्या बाजूकडे वळवून (पांढऱ्याने) हल्लकल्लोळ माजविला आहे. जणू काय तो मर्द मराठ्यांचा 'गनिमी कावाच' वाटावा.

◎

डाव (सापळा) क्र. ६२

वजीराच्या आमिषाला नकार

न्यूयॉर्क स्टेट चॅम्पियनशिप (१९१०)

पांढरी	काळी
कॅपाब्लांका	*जॅफे*
१) डी ४,	**डी ५**
२) घो एफ ३,	**घो एफ ६**
३) ई ३,	**सी ६**
४) सी ४,	**ई ६**

४..., उं एफ ५ ही खेळी करून तो त्याच्या बुद्धिबळांना कार्यप्रवृत्त करू शकतो.

५) घो सी ३,	**घो बी डी ७;**
६) उं डी ३,	**उं डी ६**
७) ०-०,	**०-०**
८) ई ४,	**डी × ई ४;**
९) घो × ई ४,	**घो × ई ४;**

१०) उं × ई ४, **घो एफ ६**

११) उं सी २, **...,**

आणि पुढे पांढरा, १२, व डी ३ आणि १३ उं जी ५, तसेच १४ उं × एफ ६, मग १५ व × एच ७ मात ची दहशत देऊ शकतो.

११) ..., **एच ६,**

काळा संभाव्य दडपणावर उपाय काढतो, परंतु त्याच्या राजाची बाजू कमकुवत होते.

१२) बी ३, **बी ६,**

१३) उं बी २, **उं बी ७,**

१४) व डी ३ **...,**

ही आणखी नवी धमकी आहे. १५ डी ५, पुढे जाचक १६ उं × एफ ६, मग १७ व एच ७ मात ची धमकी देतो.

१४) , **जी ६,**

काळा पुन्हा धमकीवर उपाय काढतो, परंतु किल्लेकोटाला कमकवुतपणा आणून अपाय करतो.

१५) ह ए ई १,! **...,**

आता ह × ई ६ ची संभाव्य दहशत योजतो.

१५) ..., **घो एच ५**

१६) उं सी १,! **रा जी ७, (क)**

१६ व्या चालीनंतरची स्थिती आ. क्र. ६२ मध्ये पाहा.

डाव (सापळा) क्र. ६२ वरील प्रश्नांची उत्तरे

उत्तर क : आता काळ्याने पुढील चाली करू नयेत. १६..., घो एफ ४, १७ उं × एफ ४, उं × एफ ४ १८ ह × ई ६, एफ × ई ६, १९ व × जी ६ शह पण पुढील चालीत पांढरा सहज मात करतो. यावरून काळ्या राजाची बाजू किती कमकुवत आणि दयनीय आहे हे उघड आहे.

उत्तर क्र. २ : पांढरा पुढीलप्रमाणे आक्रमक बलिदानी चाली करून डाव जिंकतो. उदा.

१७) ह × ई ६ !!, **घो एफ ६,**

येथे काळा १७..., एफ × ई ६ ही चाल करीत नाही, कारण, स्वाभाविकच आहे. मग पांढरा, १८ व × जी ६ शह रा एच ८ आणि १९ व एच ७ मात करतो.

१८) घो ई ५! **सी ५,**

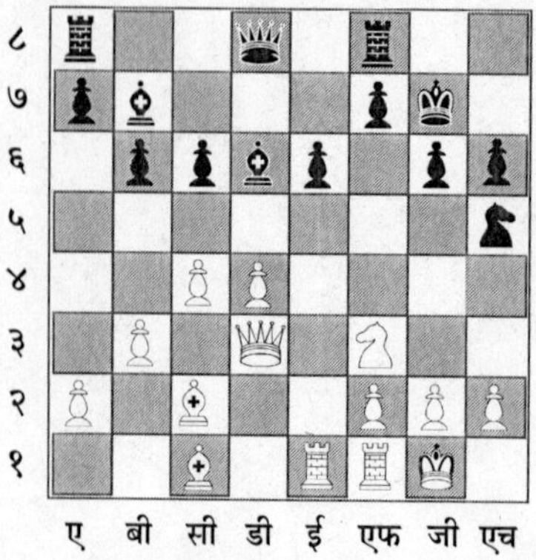

आकृती क्र. ६२

येते आता जर १८..., एफ × ई ६ मग १९ व × जी ६ शह, रा एच ८, २० व × एच ६ शह, रा जी ८, २१ व जी ६ शह, रा एच ८ मग पुढे पांढरा त्याचा राखीव हत्ती तिसऱ्या रांकेत आणून सत्तीने डाव जिंकू शकतो.

१९) उं × एच ६ शह, रा × एच ६

२०) घो × एफ ७ शह, काळा राजीनामा देतो

कारण, जर २०..., ह × एफ ७ मग २१ व × जी ६ मात होते.

◎

डाव (सापळा) क्र. ६३

वजीराच्या आमिषाला नकार

सोप्रॉन (१९३४)

पांढरी	**काळी**
स्पाइलमन	***फस***
१) डी ४,	**घो एफ ६**
२) घो एफ ३,	**ई ६**
३) सी ४,	**उं बी ४ शह**
४) घो बी डी २,	**घो ई ४**
५) ई ३,	**घो × डी २**
६) उं × डी २,	**उं × डी २ शह**
७) व × डी २,	**डी ५**
८) ह सी १,	**सी ६**

काळ्याने मारामारी करून आवळलेल्या वेढ्यातून, नेहमीच्या रूढ मार्गाचा अवलंब करून, कशीबशी सोडवणूक करून घेतली असली तरीसुद्धा तुलनात्मक दृष्ट्या पांढऱ्या बुद्धिबळांच्या हालचालीचे स्वातंत्र्य नजरेत भरेल, असे आहे.

९) उं डी ३, घो डी ७

१०) ०-०, ०-०

११) ई ४ ...,

पांढरा योग्य रीतीने डाववाढ करून त्याच्या बुद्धिबळांना, डावपेचासाठी मुबलक मोकळी जागा मिळवून देतो.

११) ..., डी × ई ४

१२) उं × ई ४ घो एफ ६

१३) उं बी १, बी ६

१४) व एफ ४, उं बी ७

१५) घो ई ५, ...,

पांढरा त्याच्या प्रत्येक खेळी नि खेळीतून त्याच्या स्थितिवाचक चढाईखोरीत भर घालीत आहे, तेव्हा काळ्याने आता..., सी ५ ही चाल करून त्याच्या उंटाचा कर्णमार्ग मोकळा करून, त्याच वेळी केंद्रामध्ये सुलभतेने खेळण्याची पराकाष्ठा करावयास हवी आहे.

१५) ..., व सी ७??

काळ्या वजीराच्या दृष्टीने या घरात दुर्दैव ओढवणार आहे.

१६) ह सी ३!, (क)

१६ व्या खेळीनंतरची स्थिती आकृती ६३ मध्ये दाखविली आहे ती पाहा.

डाव (सापळा) क्र. ६३ वरील प्रश्नांची उत्तरे

उत्तर क : पांढऱ्या हत्तीचा तिसऱ्या रांकेतील संचार किती शक्तिशाली आणि काळ्याला किती जाचक आहे ते पुढील चालीप्रणालीतून प्रकट होते. उदा. १६..., ह ए सी ८, १७ ह जी ३, रा एच ८, १८ ह × जी ७ रा × जी ७ १९ व जी ५ शह, रा एच ८, २० व × एफ ६ शह, रा जी ८ २१ ह ई १, ह एफ डी ८, २२ उं × एच ७ शह!! रा एफ ८ (जर २२..., रा × एच ७, २३ ह ई १-ई ३ व पुढे ह एच ३ शहाची निर्णायक धमकी देतो.) २३ घो जी ६ शह. रा ई ८ २४ ह × ई ६ शह! आणि काळ्यावर सहज मात करतो.

काळा (१६)..., घो एच ५, चालीने वजीरावर प्राणघातक हल्ला चढवितो, पण तिकडे दुर्लक्ष करून पांढरा, वाढीव स्थितिवाचक लाभाला अनुसरून सुयोग्य बलिदान करून, तो पुढे दिल्याप्रमाणे सहज डाव जिंकतो.

१७) उं × एच ७ शह!, ...,

उंटाच्या शहाचे निराकरण करण्यासाठी काळ्याला नुसते (१७) ..., रा एच

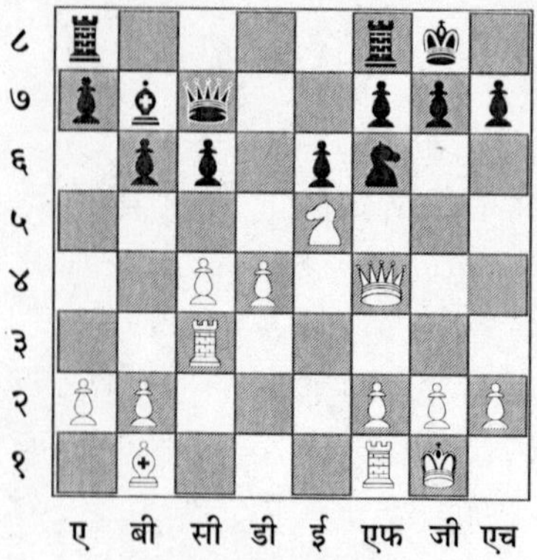

आकृती क्र. ६३

८?? ही खेळी करून चालणार नाही. कारण पांढरा लगेच १८..., घो जी ६ शह देऊन काळा वजीर मारतो. म्हणूनच आधी सांगितल्याप्रमाणे सी ७ या घरात शिरलेल्या बिनजोर काळ्या वजीरावर दुर्दैव ओढवते.

१७) ...,
रा × एच ७,
१८) ह एच ३,
रा जी ८

यातून एक देखणी चालीप्रणाली उद्‌भवते. उदा. १८..., जी ६ १९ घो × जी ६, व × एफ ४ (नाही तर दुसरे काय करणार?) २० घो × एफ ४ आणि या मारामारीतून पांढरा यशस्वी रीतीने वजीरावजीरी करतो आणि त्याशिवाय काळ्या राजाच्या किल्लेकोटाची दोन प्यादी गारद करतो.

१९) ह × एच ५,	**जी ६**
२०) ह एच ८ शह,	**काळा राजीनामा देतो**

आता सुद्धा वर सांगितल्याप्रमाणे २०..., रा × एच ८ मग पांढरा २१ घो जी ६ शह देऊन दुर्दैवी काळ्या वजीराला गारद करून अंती डाव सहज जिंकतो.

उत्तर क्र. ३ : या डावात पांढऱ्याच्या सुलभ हालचालींचे श्रेष्ठत्व दर्शविणारी आणि नोंद करण्याजोगी कोणती चाल असेल तर ती ११ ई ४! ही चाल होय की जिने हत्तीला तिसऱ्या रांकेत शिरण्याचा संकेत करून पुढे प्रलय माजविला.

या डावाने आणखी एक महत्त्वाचे तत्त्व सांगितले आहे ते म्हणजे 'बुद्धिबळ खेळात सुलभ हालचालींची क्षमता ही यशाची गुरुकिल्ली आहे.' आणि इतकेच नाही तर या तत्त्वाचे उत्कृष्ट रीतीने दिग्दर्शन केले आहे. तेव्हा बुद्धिबळ खेळात हालचालींचे श्रेष्ठत्व बाळगणाऱ्या खेळाडूचे भवितव्य उज्ज्वल आहे यात शंका नाही.

◎

डाव (सापळा) क्र. ६४

वजीराचे आमिष

नुरेम्बर्ग (१८९६)

पांढरी	**काळी**
आनाउस्की	*स्का*
१) डी ४,	**डी ५**
२) सी ४,	**डी × सी ४**
३) घो एफ ३,	**सी ५**
४) ई ३!	**सी × डी ४**
५) ई × डी ४,	**उं जी ४?**

ह्याहूनही... घो सी ६ ही दक्ष चाल समयोचित आहे.

६) उं × सी ४	**...,**

पांढरा पुढील चालींनी धमकी देतो. ७ उं × एफ ७ शह!, रा × एफ ७ ८ घो ई ५ शह किंवा ८ घो जी ५ शह देऊन विजिगिषु स्थिती मिळवू शकतो.

६) ...,	**ई ६**
७) व ए ४ शह,	**...,**

स्वत:चे तळ सोडून गेलेल्या काळ्या व उंटाच्या गैरहजेरीचा फायदा पांढऱ्याने तात्काळ घेतला आहे. आता जर काळ्याने ७..., घो डी ७ ही चाल केल्यास पांढरा ८ घो ई ५, घो जी एफ ६ ९ उं जी ५! (ही चाल करून पांढरा घो × जी ४ ची धमकी देतो), ९..., उं एफ ५ १० घो × डी ७, व × डी ७ ११ उं बी ५ ही चाल करून काळा वजीर मारू शकतो.

७) ...,	**घो सी ६**
८) घो ई ५,	**व × डी ४**

पांढऱ्याने उंट आणि घोड्यावर द्विघाती हल्ला चढविल्याने ह्या चालीविना काळ्याकडे दुसरा पर्याय नव्हता.

९) घो × सी ६,	**व ई ४ शह**
१०) उं ई ३,	**बी × सी ६,**

काळा १०..., व × सी ६ ?? चाल टाळतो, कारण पांढरा ११ उं बी ५ चाल करून काळा वजीर मारू शकतो.

११) घो सी ३,	**व × जी २ (क)**

ह्या चालीनंतरची स्थिती आ. क्र. ६४ मध्ये पाहा.

डाव (सापळा) क्र. ६४ वरील प्रश्नांची उत्तरे

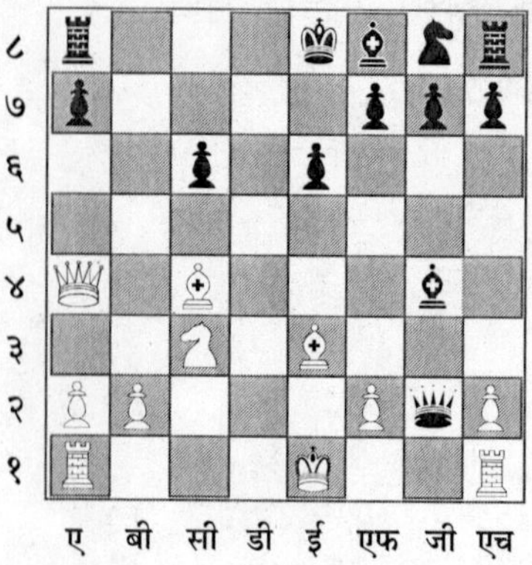

आकृती क्र. ६४

उत्तर क : काळ्याला व × जी २ ही चाल करून सी ६ च्या प्याद्याला जोर देत राहण्याचा एकमेव मार्ग स्वीकारावा लागतो तसेच तो..., व × एच १ शह ची धमकी देतो.

उत्तर क्र. २ : पांढरा पुढीलप्रमाणे बलिदानी चाली करून डाव जिंकतो. उदा.

१२) उं डी ५, ...,

या उत्कृष्ट (बलिदानी) चालीने काळ्या वजीराला बचावापासून दूर लोटले आहे.

१२) ..., ई × डी ५,

१३) व × सी ६ शह, रा डी ८

आणि जर १३..., रा ई ७ मग पांढरा १४ घो × डी ५ शह रा डी ८ १५ व × ए ८ शह दिल्यानंतर काळ्याला डाव सोडून देणे भाग पडते.

१४) व × ए ८ शह,	**रा डी ७**
१५) व बी ७ शह,	**रा ई ६**
१६) व सी ६ शह,	**उं डी ६**
१७) उं एफ ४,	**काळा राजीनामा देतो.**

कारण जर १७..., व × एच १ शह १८ रा डी २, व × ए १, १९ व × डी ६ शह देऊन पांढरा लगेच मात करतो. उदा. १९..., रा एफ ५ २० व ई ५ शह, रा जी ६ २१ व जी ५ मात करतो.

उत्तर क्र. ३ : काळ्याने योग्य डाववाढ न करता, वजीर अकाली बाहेर काढल्याने त्याच्या वजीराची बाजू कमकुवत तर होतेच, तशात त्याचा वजीरही डाव बचावाच्या दृष्टीने दूर हाकलला गेल्याने त्याचा डाव कोसळला आहे. या डावातून एक गोष्ट प्रकर्षाने दिसून येते, ती म्हणजे कुशल बुद्धिबळपटू कार्यान्वित झालेल्या दोन्ही उंटांतून निर्णायक असे भयंकर अस्त्र निर्माण करतो.

◎

डाव (सापळा) क्र. ६५

कॉली पद्धत

स्कारबोरफ (१९२८)

पांढरी	काळी
कॉली	*शूबर्ट*
१) डी ४	डी ५
२) घो एफ ३,	घो एफ ६
३) ई ३,	ई ६

पांढऱ्याची पुढील खेळी ही संभाव्य चढाईची नादी ठरते, त्या दृष्टीने काळ्याची ३..., उं एफ ५ ही चाल येथे समयोचित आहे.

४) उं डी ३,	सी ५
५) सी ३,	घो बी डी ७
६) घो बी डी २,	सी × डी ४

या आगाऊ पण कचखाऊ चालीमुळे पांढऱ्या हत्तींना ई पट्टी अर्धी मोकळी होते, तसेच व उंटाचा कर्णमार्ग मोकळा होतो, एवढेच नाही तर, पांढऱ्या रा-घोड्याला शक्तिशाली ई ५ या केंद्र घरात ठाण मांडण्याची संधी मिळते.

७) ई × डी ४,	उं डी ६
८) ०-०,	०-०
९) ह ई १,	व सी ७
१०) व ई २,	...,

'ई ५' या मोक्याच्या केंद्र घरात घोडा ठेवण्याची पूर्वतयारी पांढऱ्याने यशस्वी रीतीने पार पाडली आहे.

१०) ...,		ह ई ८
११) घो ई ५,		घो एफ ८
१२) घो डी एफ ३,		घो (एफ ६) डी ७
१३) घो जी ५,	(क)	...,

पांढऱ्याच्या १३ व्या खेळीनंतरची स्थिती आकृती ६५ मध्ये पाहा.

डाव (सापळा) क्र. ६५ वरील प्रश्नांची उत्तरे

उत्तर क : काळा माघार घेतो आणि पांढरा संथपणे दृढ चढाई करतो.

उत्तर क्र. २ : किल्लेकोटाचे प्यादे पुढे सारून एक मोहरे सहज मिळते हे पाहून

आकृती क्र. ६५

काळा पुढील खेळी करतो.

१३) ...,   एफ ६,

परंतु हुरळली मेंढी वाघाच्या पाठी अशी त्याची फसगत होते. कारण पांढरा पुढीलप्रमाणे बलिदानी चढाईखोर खेळ्या करून शेवटी डाव जिंकतो.

१४) व एच ५   ...

येथे जर १४..., एफ × जी ५, मग पांढरा १५ उं × एच ७ शह! घो × एच ७ १६ व एफ ७ शह, रा एच ८ १७ घो जी ६ मात; किंवा जर १४..., एफ × ई ५ १५ उं × एच ७ शह, घो × एच ७ १६ व × एच ७ शह, रा एफ ८, १७ व एच ८ शह, रा ई ७ १८ व × जी ७ शह देऊन पुढे निर्णायक शह मारा करून शेवटी डाव जिंकतो.

१४) ...,	**जी ६**
१५) घो × जी ६,	**...**

आता काळ्याने जर १५..., एच × जी ६ १६ उं × जी ६, एफ × जी ५ १७ उं एफ ७ शह, रा जी ७ १८ उं × ई ८ अशा चाली करून पांढरा अंती सहज जिंकतो.

१५) ...,	**एफ × जी ५**
१६) घो × एफ ८	**घो एफ ६**

येथे जर १६..., ह × एफ ८ १७ व × एच ७ मात होते किंवा जर १६..., रा × एफ ८, १७ व एच ६ शह देऊन पांढरा अंती सहज जिंकतो.

१७) व × जी ५ शह,	**व जी ७**
१८) घो × एच ७,	**काळा राजीनामा देतो**

आता काळ्याने जर १८..., व × जी ५ मग पांढरा १८ घो × जी ५ ही चाल करून तीन जादा प्याद्या पटावर राखून ठेवतो, शेवटी डाव जिंकू शकतो. आणखी गमतीदार पर्यायी चाली म्हणजे १८..., घो × एच ७ १९ उं × एच ७ शह, रा × एच ७ २० व एच ५ शह देऊन ई ८ मधला बिनजोर हत्ती मारून शेवटी डाव जिंकतो.

काळ्याच्या चुकीच्या खेळाला पांढऱ्याने चोख उत्तर देऊन डाव जिंकला.

कॉली पद्धत : काही वर्षांपूर्वी बेल्जियमचा प्रसिद्ध बुद्धिबळपटू एडगर कॉलीने पुस्तकात नसलेली अशी व-प्याद्याची सुरुवात करून त्याचे परिवर्तन शक्तिशाली चढाईखोर अस्त्रात करून दाखविले. हे अस्त्र प्रभावी आणि विजिगिषू ठरल्याने या

पद्धतीच्या सुरुवातीला 'कॉली पद्धत' हे नाव देण्यात आले. परंतु या पद्धतीचा अवलंब करताना खेळाला कधी भरती तर कधी ओहोटी दिसून आल्याने ही पद्धत मागे पडली.

◎

डाव (सापळा) क्र. ६६

वजीराचे आमिष

यू. एस. चॅम्पियनशिप पूर्वतयारी (१९४०)

पांढरी	**काळी**
रेनफिल्ड	***बॅटेल***
१) घो एफ ३,	**डी ५**
२) डी ४,	**घो एफ ६**
३) सी ४,	**डी × सी ४**
४) ई ३,	**सी ५**
५) उं × सी ४,	**सी × डी ४**
६) ई × डी ४,	**व सी ७**
७) व बी ३,	**उं ई ६?? (क)**

या चालीनंतरची स्थिती आ. क्र. ६६ मध्ये पाहा.

डाव (सापळा) क्र. ६६ वरील प्रश्नांची उत्तरे

उत्तर क : काळ्या एफ ७ प्याद्यावर पांढऱ्याने दुहेरी हल्ला चढविल्याने काळ्याने त्या प्याद्याला जोर करण्याच्या आणि त्याच वेळी प्रतिहल्ला चढविण्याच्या मिषाने व-उंट बाहेर काढला असला तरी ह्याहूनही ..., ई ६ ही रूढ चाल सरस होती.

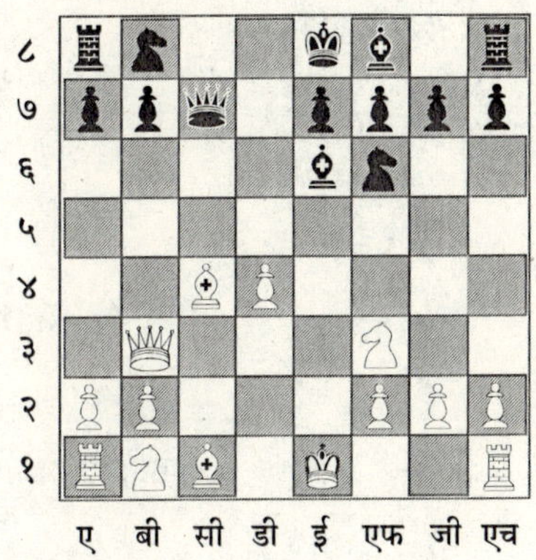

आकृती क्र. ६६

उत्तर क्र. २ : पांढऱ्याने पुढीलप्रमाणे बलिदानी चाली करून डाव जिंकला. उदा.

८) उं × ई ६!! व × सी १ शह

काळ्याने आता माघार घेऊन

चालावयाचे नाही कारण जर ८..., एफ × ई ६; ९ घो सी ३ मग ई ६ मध्ये आलेले दुबळे प्यादे घात करते.

९) रा ई २, व × एच १

१०) उं × एफ ७ शह, ...,

ह्याहूनही शानदार आणि त्वरित विजय पांढरा पुढील चालीतून मिळवू शकतो. १० व × बी ७, एफ × ई ६, ११ व सी ८ शह, रा एफ ७ १२ घो ई ५ शह, रा जी ८ १३ व × ई ६ मात होते.

१०) ..., रा डी ८

तसेच १०..., रा डी ७ ११ व × बी ७ शह ह्या चालीही काळ्याच्या दृष्टीने निराशाजनकच आहेत.

११) व × बी ७, व सी १

१२) व × ए ८! व × बी २ शह

१३) घो बी डी २, ...,

आता काळ्याने १३..., व × ए १ ही चाल करू नये, कारण पांढरा १४ व × बी ८ शह, रा डी ७ १५ घो ई ५ मात करतो.

१३) ..., घो ई ४

१४) व × ई ४, व × ए १

१५) व डी ५ शह, रा सी ७

१६) व सी ५ शह, रा डी ८

याहून मजेशीर पर्यायी चाल म्हणजे १६..., रा बी ७ १७ उं डी ५ शह आणि काळा शेवटच्या घटका मोजतो.

१७) उं ई ६, काळा राजीनामा देतो.

कारण जर १७..., घो डी ७ १८ व सी ६, घो बी ६ १९ घो ई ५ आणि पुढे २० घो एफ ७ मात या निर्णायक टोल्यापुढे काळ्याचे काहीच चालत नाही.

◎

डाव (सापळा) क्र. ६७

बुडापेस्टचा बचाव

फिलाडेल्फिया (१९३६)

पांढरी **काळी**

अनोल्ड *हॅनोअर*

१) डी ४, घो एफ ६

२) सी ४, **ई ५**

संभाव्य परिकल्पित लाभासाठी देऊ केलेले प्यादे आहे. उदा. जर ३ डी × ई ५, घो जी ४ चाल करून, काळा दिलेल्या प्याद्याचा बदला घेऊ शकतो किंवा वेळ वाचवून त्वरित डाववाढीची संधी साधू शकतो.

३) डी ५? **...,**

अगदी विनाकारण वेळ दवडला आहे. ह्याहून ३ डी × ई ५, घो जी ४, ४ ई ४ या चाली करून पांढरा जादा प्यादे लगेच देऊ करतो, एवढेच नाही तर वेळ वाचवून डाववाढीची संधी साधू शकतो.

३) ..., **उं सी ५**

आतापर्यंत झालेल्या तीन चालींची गुणवत्तेनुसार गोळाबेरीज केल्यास आढळून येईल की काळ्याने दोन मोहोरी बाहेर काढून सुयोग डाववाढ साधली आहे, याउलट पांढरा नुसत्याच प्याद्यांच्या चाली करण्यात गुरफटला आहे.

४) उं जी ५ ? (क) **...,**

ह्या खेळीनंतरची स्थिती आ. ६७ मध्ये पाहा.

डाव (सापळा) क्र. ६७ वरील प्रश्नांची उत्तरे (आ. क्र. ६७ पाहा.)

उत्तर क : पांढऱ्याने किंचित डाववाढ कशीबशी केली खरी परंतु ती अयोग्य आहे. याऐवजी (४) घो सी ३, ही चाल बरी होती.

उत्तर क्र. २ : काळा पुढीलप्रमाणे बलिदानी चाली करून डाव जिंकतो.

४) ...,

घो ई ४!

बाहेर काढलेल्या उंटावर हल्ला चढवून त्याच वेळी मातची निर्घृण धमकी दिली आहे.

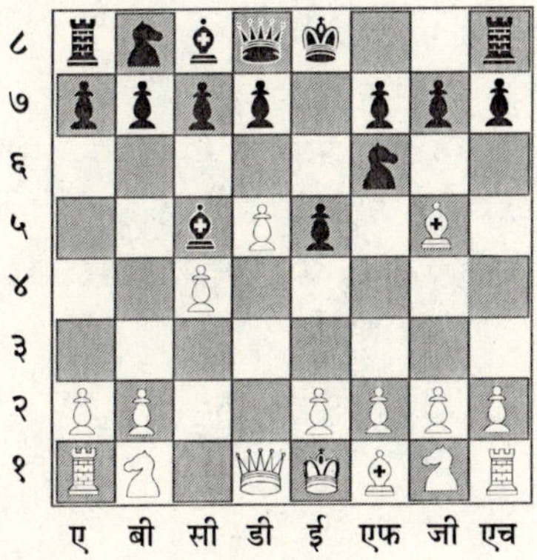

आकृती क्र. ६७

५) उं × डी ८,??

...,

पांढरा ही चाल करून 'बुडत्याचा पाय खोलात' ह्या म्हणीची आठवण करून देतो. येथे आता पांढऱ्यांची सर्वोत्तम चाल म्हणजे ५ उं ई ३ ही होय. तरीही काळा (५) ..., उं × ई ३, (६) एफ × ई ३, व एच ४ शह देऊन विजिगिषू लाभ

मिळवू शकतो.

५) ... उं × एफ २ मात

उत्तर क्र. ३ : बाहेर काढलेल्या मोहऱ्यांकडून उपयुक्त कार्यवाही करवून घेण्याकडे पांढऱ्याने केलेल्या डोळेझाकीपेक्षा, काळ्याने अगदी एकाग्रतेने केलेली डाववाढ तितकीच नेत्रदीपक आहे. आणि केवळ पाच चालींत मात करून अगदी अशक्यप्राय वाटणारी बाब प्रत्यक्षात करून दाखविली आहे. इतकेच नाही तर हा डाव वर्णन करण्यास जितका वेळ लागला त्याहूनही कमी वेळात हा डाव संपला आहे ही विस्मयकारक वस्तुस्थिती आहे.

◎

डाव (सापळा) क्र. ६८

निम्झो इंडियन बचाव

स्कारबोरफ (१९३०)

पांढरी	**काळी**
विंटर	***कॉली***
१) डी ४,	**घो एफ ६;**
२) सी ४,	**ई ६;**
३) घो सी ३,	**उं बी ४**

केंद्रावर, केंद्रप्यादी ऐवजी मोहोऱ्यांचा ताबा बसविणे ही काळ्याची अशा प्रकारच्या बचावामागची मूळ कल्पना आहे. त्या अनुषंगाने (३)..., डी ५ ऐवजी (३)..., उं बी ४ ही पर्यायी चाल आहे.

४) व बी ३,	**सी ५**
५) डी × सी ५,	**घो सी ६**
६) घो एफ ३,	**घो ई ४**
७) उं डी २,	**घो × सी ५,**
८) व सी २,	**एफ ५**

वर टीप दिली आहे तिला अनुसरून काळा ई ४ ह्या घरावर..., डी ५ ऐवजी..., एफ ५ चालीने ताबा ठेवतो.

९) ई ३,	**०-०**
१०) ए ३,	**उं × सी ३**
११) उं × सी ३,	**...,**

आता पांढऱ्याकडे, उंट आणि घोडा विरुद्ध २ उंट आहेत, ही बाब साधारणपणे लाभदायक असते, परंतु या डावात पांढऱ्या उंटांना हवा तितका वाव मिळत नाही.

११) ... **बी ६**

१२) उं ई २ **उं बी ७**

तसे पाहू जाता, काळ्याच्या दृष्टीने डावाला अनुकूलता मिळवून देण्यास हा उंटच कारणीभूत ठरतो.

१३) ०-०, **ह सी ८**

१४) ह एफ डी १, **व ई ७**

१५) बी ४, **घो ई ४**

१६) उं ई १ **ह एफ ६!**

उत्कृष्ट डाववाढ आहे.

१७) घो डी ४ ? **...,**

काळ्या उंटाच्या माऱ्याची कक्षा वाढविण्यास मदत झाली आहे. याऐवजी (१७) उं एफ १ ही बचावात्मक चाल बरी होती.

१७) ..., **ह जी ६**

काळ्याची ही आक्रमक चाल पांढऱ्याला अत्यंत त्रासदायक ठरणार आहे. उदा. जर (१८) एफ ३, मग काळा (१८) ..., व जी ५ चाल करून जिंकतो.

१८) उं एफ १, **घो जी ५! (क)**

डाव (सापळा) क्र. ६८ वरील प्रश्नांची उत्तरे (आ. क्र. ६८ पाहा.)

उत्तर क : १८ वी चाल करून काळा पुढील धमकी देतो. उदा. (१९) ..., घो × डी ५ (२०) ई × डी ५, घो एफ ३ शह! (२१) रा एच १, व एच ४!

उत्तर क्र. २ : पांढऱ्याने कितीही बचावात्मक धोरण स्वीकारले तरीही काळा आक्रमक चाली करून शेवटी डाव जिंकतो. उदा.

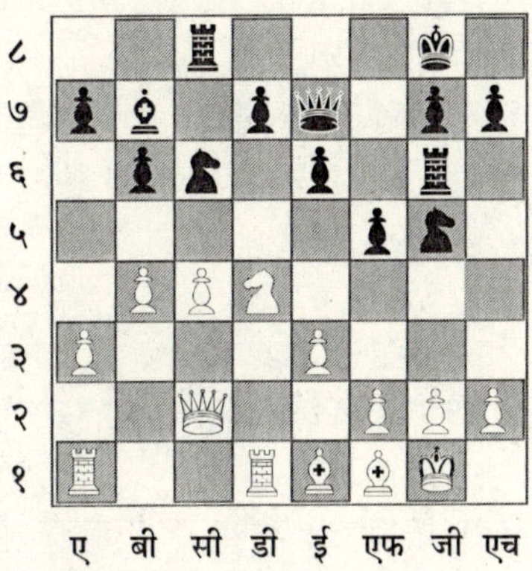

आकृती क्र. ६८

१९) रा एच १,	**घो × डी ५**
२०) ई × डी ५,	**घो एफ ३!**
२१) पांढरा राजीनामा देतो.	

कारण त्याने धोकादायक उंटाचा कर्णमार्ग बंद करण्यासाठी जर (२१) डी ५ ही चाल केली तर काळा (२१)..., व एच ४; ही चाल करून मातची धमकी देतो तेव्हा

(२२) जी × एफ ३, व जी ५ ही चाल करून पुढे काळा मात करतो किंवा जर (२२) एच ३, व × एच ३ शह! (२३) जी × एच ३, ह जी १ मात करतो.

ह्या डावावरून दिसून येईल की, पट मध्यावरील लांब कर्णावर दबा धरून बसलेल्या उंटाचे सामर्थ्य आधुनिक बुद्धिबळपटूने यशस्वी रीतीने दिग्दर्शित केले आहे.

◎

डाव (सापळा) क्र. ६९

वजीराचा भारतीय बचाव

लेज (१९५३)

पांढरी	**काळी**
साऊलटॅनबीक	***हुबायना***
१) डी ४;	**घो एफ ६,**
२) सी ४,	**ई ६;**
३) घो एफ ३,	**बी ६,**
४) ई ३,	**...,**

सौम्य वाटणाऱ्या ह्या खेळीत, वाटते त्याहूनही जादा आघातकारी शक्ती आहे.

४) ...,	**उं बी ७**
५) उं डी ३,	**उं ई ४,**
६) घो सी ३,	**उं बी ४**

मोहोऱ्याकरवी केंद्रावर ताबा ठेवण्याचा प्रयत्न काळा करीत आहे. परंतु पांढऱ्याच्या योग्य डावपेचामुळे त्याची ही योजना बारगळेल.

७) व सी २	**...,**

परिस्थिती सोडवणूक करण्यासाठी पांढरा ही चाल घालवतो.

७) ...,	**उं × डी ३,**
८) व × डी ३,	**डी ५,**

ई ४ ह्या खेळीला अटकाव केला आहे,

९) सी × डी ५, ...,

आता ९..., ई × डी ५? ह्या चालीला पांढरा १० व बी ५ शह देऊन उंट मारू शकतो.

९) ..., घो × डी ५,

१०) ०-०, घो × सी ३,

११) बी × सी ३, उं ई ७

१२) घो ई ५; ...,

मारामारी करून किंबहुना त्यामुळेच पांढरा त्याचा पुढावा राखू शकतो.

१२) ..., ०-०

१३) एफ ४, सी ५,

१४) एफ ५, ई × एफ ५,

१५) व × एफ ५, (क) ...,

डाव (सापळा) क्र. ६९ वरील प्रश्नांची उत्तरे

उत्तर क : पांढरा पुढे १६ घो × एफ ७, व ई ८ १७ व डी ५! या चालीतून जी धमकी देऊ शकतो त्याचे उत्तर देणे काळ्याला तरी कठीण जाईल.

उत्तर क्र. २ : परिस्थिती जाणून काळा रा उं प्याद्याला जोर देण्यासाठी पुढील १५ वी खेळी करतो. परंतु पांढरा वर सांगितल्याप्रमाणे प्रखर दडपण आणून शेवटी डाव जिंकतो. उदा.

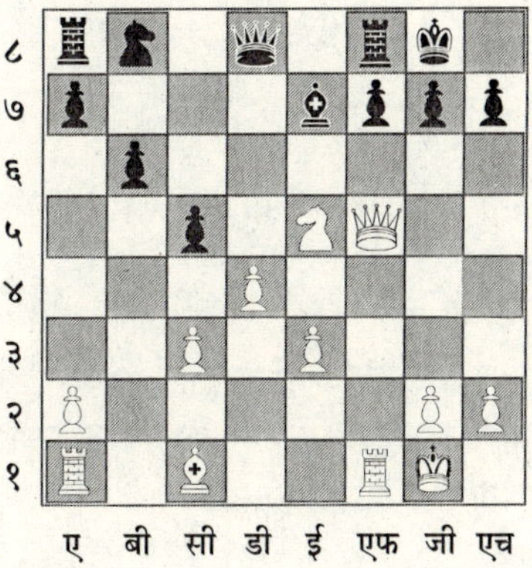

आकृती क्र. ६९

१५) ..., व डी ५?

यामुळे त्याचा डाव घसरतो. याहून १५..., उं एफ ६ ही चाल करणे त्याला श्रेयस्कर झाले असते.

१६) घो जी ६! व बी ७

१७) व डी ५, घो सी ६;

जर १७ ..., व × डी ५; मग १८ घो × ई ७ द्विघाती शह. साहजिकच

काळ्याला पांढरा घोडा मारता येत नाही. आणि जर १६ व × एफ ५ मग १७ घो × ई ७ द्विघाती शह देऊन तो एक मोहोरे जादा मारू शकतो.

१८) व × सी ६! काळा राजीनामा देतो.

कारण येथे परत येरे माझ्या मागल्या आहेच. १८..., व × सी ६ १९ घो × ई ७ द्विघाती शहात २० घो × सी ६ ने काळा वजीर मारून निर्णायक भक्कम वस्तुनिष्ठ लाभ मिळवून अंती पांढरा सहज डाव जिंकतो.

◎

डाव (सापळा) क्र. ७०

राजाचा भारतीय बचाव

ओस्टेंड (१९०७)

पांढरी	काळी
मार्शल	*बर्न*
१) डी ४,	घो एफ ६
२) घो एफ ३,	डी ६
३) उं एफ ४,	घो बी डी ७
४) ई ३,	जी ६
५) उं डी ३,	उं जी ७
६) घो बी डी २!	०-०
७) एच ४!?	...;

या खेळीबाबत काही वर्षांनंतर मार्शलने पुढीलप्रमाणे उदगार काढले होते. 'आधुनिक दृष्टिकोनातून पाहिले असता, स्थिती विघातक असणारी ही खेळी आजकाल अत्यंत घातक मानली जाते. परंतु, त्या वेळी मी हल्लेखोर दृष्टिकोनातून ती चाल करण्याचे योजले होते.'

७) ...,	ह ई ८
८) एच ५!?	...,

शेंडी तुटो, वा पारंबी तुटो पांढऱ्याने केलेला संकल्प दृढ आहे. तसे पाहू जाता, ८) ..., ई ५, या चालीने काळ्याला बुद्धिबळ दल मारता येत नाही. कारण मग ९ उं जी ५, ई ४? १० घो × ई ५ वगैरे.

८) ...	घो × एच ५

ही चाल चालू शकते, तरीही डावाचे भवितव्य त्यावर अवलंबून आहे.

९) ह × एच ५!? **...,**

याबाबत वाद घालावयाला वेळ दवडण्यात अर्थ नाही.

९) ..., **जी × एच ५,**

१०) उं × एच ७ शह!? **(क)** **...,**

डाव (सापळा) क्र. ७० प्रश्नांची उत्तरे

उत्तर क : पांढऱ्याने किल्लेकोट फोडण्यासाठी उंटाचे बलिदान केले आहे. काळ्याने जर (१०)..., रा × एच ७? ही खेळी केली तर तो स्वतःच्याच पायावर धोंडा घालून घेतो. हे टाळण्यासाठी त्याने जर १०)..., रा एफ ८! ही खेळी केल्यास, पांढऱ्याने काळ्याचे प्यादे घेऊन किल्लेकोट फोडण्याचे उद्दिष्ट साध्य केले आहे असे म्हणता येईल.

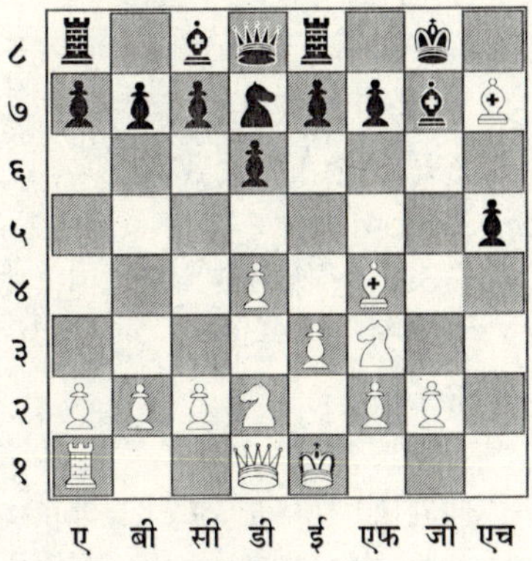

आकृती क्र. ७०

उत्तर क्र. २ : काळ्याने 'हुरळली मेंढी वाघाच्या पाठी' ह्याला अनुसरून

१०) ...., **रा × एच ७?**

ही खेळी केली आणि बुडत्याचा पाय खोलात याची पुन्हा एकदा जाणीव करून दिली. पांढऱ्याने ह्याचा वेळीच उपयोग करून सुसंघटित मोहोऱ्यांनिशी समयोचित हल्ल्यांवर हल्ले चढवून काळ्याला नेस्तनाबूत केले. उदा.

११) घो जी ५ शह, **रा जी ६**

आणि आता जर ११..., रा जी ८ ? ही बचावखोर वाटणारी खेळी केल्यास डाव लवकरच घसरतो कारण मग १२ व × एच ५, घो एफ ६, १३ व × एफ ७ शह, रा एच ८, १४ ०-०-०, आणि पुढे १५ ह एच १ मात होते.

१२) घो डी एफ ३, **...,**

आणि पुढील चालींनी त्वरित मात करण्याची धमकी देतो. उदा. १३ व डी ३ शह, एफ ५, १४ घो एच ४ शह वगैरे.

१२) ..., **ई ५**

१३) घो एच ४ शह, **रा एफ ६**

किंवा जर १३..., रा एच ६, १४ घो × एफ ७ द्विघाती शहाने काळा वजीर

सहज मारतो.

१४) घो एच ७ शह, रा ई ७

१५) घो एफ ५ शह, ...

दोन्ही घोडे कृतान्त काळासारखे भासताहेत.

१५) ..., रा ई ६

१६) घो × जी ७ शह, रा ई ७

१७) घो एफ ५ शह, रा ई ६

काळ्या राजाला मातसाठी जाळ्यात अडकवीत आहे.

१८) डी ५ शह, रा × एफ ५

१९) व × एच ५ शह, रा ई ४

२०) ०-०-० काळा राजीनामा देतो,

कारण २१ एफ ३ मात होते. हे टाळण्यासाठी काळ्याने जर २०..., ई × एफ ४ मग पांढरा २१ ह डी ४ शह देऊन बिनतोड मात करतो. एकूण हा डाव खूप मजेशीर झाला आहे.

एखादा खेळाडू (डावाचा) राजीनामा देतो याचा अर्थ तो पुढे कसाही खेळला तरी त्याच्यावर होणारी मात तो टाळू शकत नाही. हे वेळीच जाणून तो राजीनामा देतो म्हणजे तो डाव हरतो असा त्याचा अर्थ होतो.

◎

डाव (सापळा) क्र. ७१

राजाचा भारतीय बचाव

लंडन (१९२७)

पांढरी	**काळी**
पालाड	***टीकोल्स्टी***
१) घो एफ ३,	**घो एफ ६;**
२) डी ४,	**जी ६;**
३) घो सी ३,	**डी ५**
४) उं एफ ४,	**घो एच ५;**

'डावाच्या सुरुवातीला तेच ते मोहोरे पुन:पुन्हा हलविले आहे' असा सर्वसाधारण प्रवाद असतो. असा प्रवाद जेव्हा काळा त्याचा वेळ फुकट दवडतो तेव्हा तो तीव्रतेने जाणवतो. तेव्हा येथे चवथ्या चालीऐवजी त्याने ४..., सी ५ किंवा ४..., उं जी ७ अशा चाली खेळावयास हव्या होत्या.

५) उं ई ५, ...,

उलटपक्षी पांढऱ्याची ही वेळ दवडणारी चाल नाही. कारण ती काळ्याच्या डावात कमकुवतपणा निर्माण करून पुढे डावाला निर्णायक वळण देऊ शकते.

५) ..., एफ ६,

६) उं जी ३, घो × जी ३;

७) एच × जी ३; ...,

पांढऱ्याने अर्ध मोकळी एच पट्टी करण्यात यश मिळवून पुढील धोरणाची मुहूर्तमेढ रोवली आहे.

७) ..., उं जी ७;

८) ई ३, सी ६,

९) उं डी ३, ई ५? (क)

या चालीनंतर येणारी स्थिती आ. ७१ मध्ये पाहा.

डाव (सापळा) क्र. ७१ प्रश्नांची उत्तरे

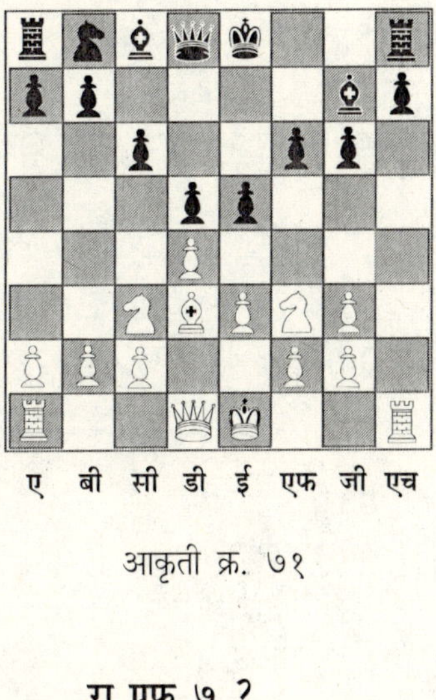

आकृती क्र. ७१

उत्तर क : काळ्याने संभाव्य डावपेचांची दखलच घेतली नाही, सद्य:परिस्थितीतसुद्धा त्याने किल्लेकोट करणे श्रेयस्कर ठरते.

उत्तर क्र. २ : पांढऱ्याने पुढीलप्रमाणे बलिदानी चाली करून काळ्याला (डावाच्या) राजीनामा देण्यास भाग पाडले.

१०) ह × एच ७! ...,

आता जर काळ्याने १०..., ह × एच ७ मग पांढरा ११ उं × जी ६ शह देऊन, द्विघाती हल्ला करून तो बलिदानाचा मोबदला घेऊ शकतो.

१०) ..., रा एफ ७ ?

अगदी कमकुवत चाल आहे. ह्याहून गमतीदार चाल म्हणजे १०..., ई ४ ही चाल केल्यास मग पांढऱ्याला गुंतागुंतीच्या क्लिष्ट चाली करून डाव जिंकता येतो. ११ ह × जी ७, ई × डी ३ (हत्तीने शह देण्याची धमकी); १२ व × डी ३, उं एफ ५ (ने पुढे चांगला लढा देता यावा म्हणून काळ्याने केलेली ही एकमेव

बचावखोर चाल आहे.) १३ ई ४, रा एफ ८ (जर १३... डी × ई ४ १५ व सी ४! ने पां. जिंकतो); १४ ई × एफ ५, ह एच १ शह १५ रा डी २, ह × ए १ १६ ह एच ७! (पुढे ह एच ८ शह ची धमकी पांढरा देतो), रा जी ८ १७ एफ × जी ६ मग पांढरा सहज जिंकतो.

११) उं × जी ६ शह, रा × जी ६,

१२) घो × ई ५, शह !! ...,

बलिदानी आक्रमक चाल आहे, आता जर १२..., रा × एच ७, मग १३ व एच ५ शह, रा जी ८, १४ व एफ ७ शह, रा एच ७ १५ ०-०-०, मग पांढरा सहज मात करतो.

१२) ..., एफ × ई ५,

१३) व एच ५ शह, रा एफ ६,

१४) व × ई ५ शह, रा एफ ७,

(किंवा जर १४..., रा जी ६ १५ व × जी ७ शह, रा एफ ५ १६ जी ४ शह, रा ई ६ १७ व ई ५ मात.)

१५) व × जी ७ शह, काळा राजीनामा देतो.

(कारण जर १५..., रा ई ८ १६ व एफ ७ मात किंवा जर १५..., रा ई ६ १६ व ई ५ मात होते.)

एक उत्कृष्ट नेत्रदीपक हल्ला आहे.

◎

डाव (सापळा) क्र. ७२

राजाचा भारतीय बचाव

अप्पासला (१९५८)

पांढरी	काळी
झूक्स झेटा	*टाल*
१) डी ४,	घो एफ ६,
२) सी ४,	जी ६,
३) घो सी ३,	उं जी ७,
४) ई ४,	डी ६,

काळ्याची निर्घृण मुस्कटदाबी होण्याची शक्यता आहे. तेव्हा त्याने वेळीच सावध होऊन योग्य तो इलाज करावयास हवा आहे.

५) एफ ३, ०-०

६) उं ई ३, ई ५,

७) घो जी ई २, सी ६,

आता पांढरा, व डी २, आणि नंतर किल्लेकोट करून चांगल्या रीतीने डाव खेळू शकतो. परंतु

८) व बी ३, ...,

पांढऱ्याने अशी मूर्खासारखी चाल करून काळ्याला..., डी ५ ही चाल करण्याची आयती संधी देऊन त्याचा आवळलेला डाव सोडविण्याची मुभा दिल्यासारखे होते.

८) ..., ई × डी ४,

९) घो × डी ४, डी ५!

पांढऱ्याच्या आवळ वेढ्याला भेदून काळ्याने यशस्वी रीतीने भेदक चाल केली आहे.

१०) सी × डी ५, सी × डी ५,

११) ई × डी ५, ह ई ८!

काळ्याने प्याद्याचे बलिदान केले आहे, याहून मोठा चमत्कार लवकरच दिसून येईल.

१२) रा एफ २, (या चालीनंतर येणारी स्थिती आकृती क्र. ७२ मध्ये पाहा.)

डाव (सापळा) क्र. ७२ वरील प्रश्नांची उत्तरे

उत्तर क : काळा पुढीलप्रमाणे बलिदानी आक्रमक चाली करून पांढऱ्याला सक्तीने राजीनामा देण्यास भाग पाडतो. उदा.

१२) ..., घो सी ६!!

उत्कृष्ट बलिदानी चाल आहे.

१३) डी × सी ६, ह × ई ३!

यासाठीच काळ्याची धडपड चालली होती! स्पष्ट आहे, पांढऱ्याला १४ रा × ई ३ ही चाल करून चालणार नाही, कारण, मग १४..., उं एच ६ शह १५ एफ ४, उं × एफ ४ शह देऊन काळा विजिगिषू हल्ला करतो.

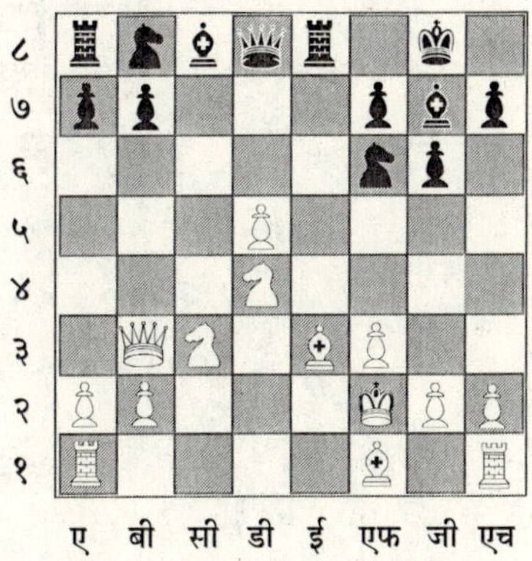

आकृती क्र. ७२

आणि समजा १४ सी × बी ७, व × डी ४! आता पुढे जर १५ बी × सी ८ = व शह (येथे १५ बी × ए ८ = व नको कारण मग काळा १५..., ह ई ८ काट

शह, १६ रा जी ३, घो एच ५ मात), १५..., ह × सी ८. आता काळा पुढीलप्रमाणे चाली करून नक्की जिंकतो. उदा.

१६ व ए ४, ह × एफ ३ शह! १७ रा × एफ ३, ह × सी ३ शहाने पांढरा वजीर काळा मारतो. किंवा जर १६ रा जी ३ घो एच ५ शह देऊन मात करतो.

१४) ह डी १,	**घो जी ४ शह**
१५) एफ × जी ४,	**उं × डी ४,**
१६) ह × डी ४,	**व × डी ४,**
१७) व डी ५,	**ह ई २ दु. शह,**
	(नेत्रदीपक चाल आहे.)
१८) रा × ई २	**उं × जी ४, शह**
१९) रा ई १,	**ह ई ८ शह**
२०) उं ई २,	**ह × ई २ शह**
२१) पांढरा राजीनामा देतो.	

कारण पांढऱ्याचा वजीर मारला जातो आणि मग त्याचा डाव कोसळतो. विद्युत पलटी डावाचा हा एक उत्कृष्ट नमुना आहे.

◎

डाव (सापळा) क्र. ७३

ग्रुएन्फील्डचा बचाव

ॲम्स्टरडॅम (१९४०)

पांढरी	**काळी**
कमोच	***प्रायनस***
१) डी ४	**घो एफ६**
२) सी ४	**जी ६**
३) घो सी ३,	**डी ५,**
४) घो एफ ३,	**उं जी ७,**
५) व बी ३,	**डी × सी ४,**
६) व × सी ४,	**...,**

आपल्या लक्षात येईल की, पांढऱ्याने सुरुवातीच्या चालीतच त्याचा वजीर बाहेर काढला आहे. आणि तो भेदनीय झाला आहे.

६) ...,	**०-०**
७) ई ४,	**बी ६**

८) ई ५, उं ई ६ (क)

आकृती क्र. ७३ पाहा.

डाव (सापळा) क्र. ७३ वरील प्रश्नांची उत्तरे

उत्तर क : बाहेर येऊन भेदनीय झालेल्या पांढऱ्या वजीराला हुसकावून लावण्यासाठी काळ्याने त्याच्यावर उंटरूपी टार्पेडो रोखला आहे; तेव्हा पांढरा वजीर सुरक्षिततेसाठी हलविला की मग काळा त्याचा राघोडा घो डी ५ मध्ये सुरक्षितपणे मोर्चा बांधून बसविण्याची मनीषा बाळगतो.

आकृती क्र. ७३

उत्तर क्र. २ : वरील बाब स्पष्ट दिसत असूनही, पांढरा त्याचा (मरणोन्मुख) वजीर न वाचविता, आक्रमक चढाईचे धोरण स्वीकारून, काळ्याला सक्तीने राजीनामा देण्यास भाग पाडतो. उदा

९) ई × एफ ६!

...,

वजीराहून जास्ती असा बहुमोल स्थितिवाचक लाभ मिळविण्याची मनीषा पांढरा बाळगतो.

९) ..., उं × सी ४

१०) एफ × जी ७, रा × जी ७,

ह्याहूनही काळ्याला वाईट म्हणजे जर १०..., उं × एफ १, ११ जी × एफ ८ = व शह आणि पांढरा केवळ वजीर आणि प्याद्याच्या बदली हत्ती, उंट आणि घोडा मिळवून भरघोस विजिगिषू वस्तुनिष्ठ लाभ मिळवितो.

११) उं × सी ४, घो सी ६

१२) उं ई ३, घो बी ४

पांढऱ्याने वस्तुनिष्ठ लाभ मिळवून भरपूर वेळ मिळविला आहे. तसेच काळ्याने उरलेल्या घोड्याने केलेल्या क्लिष्ट चालीमुळे, पांढऱ्याला उपयुक्त अशी मोकळी पट्टी मिळू शकते.

१३) ०-०, घो सी २

१४) ह ए डी १ घो × ई ३

१५) एफ × ई ३, सी ५

१६) घो जी ५! **...,**

असा अचानक हल्ला करून पुढे १७ ह × एफ ७ शह! ह × एफ ७, १८ घो ई ६ द्विघाती शह देऊन काळा वजीर मारता येतो.

१६) ..., **ई ६**

काय करील बिचारा! कारण जर १६..., व ई ८ मग १७ डी × सी ५, बी × सी ५ १८ उं बी ५, व सी ८ १९ ह डी ७ ने दबाव असह्य होतो.

१७) १८ ह × एफ ७ शह, **काळा राजीनामा देतो.**

कारण जर, १७..., रा एच ६ १८ ह × एच ७ शह! रा × जी ५ १९ एच ४ शह! रा जी ४ २० उं ई २ शह, रा जी ३ २१ घो ई ४ मात होते.

या डावावरून एक परस्परविरोधी बाब प्रकर्षाने जाणवते ती म्हणजे, पांढऱ्याच्या चाली चपळ, समर्पक आणि डावाला पोषक होत्या. याच्या उलट काळ्याच्या चाली, निरर्थक, वेळ दवडणाऱ्या व डाव-विघातक होत्या.

उत्तर क्र. ३ : बुद्धिबळ खेळात एक महत्त्वाचे सूत्र म्हणजे अगदी सुरुवातीच्या चालीत जर वजीर बाहेर काढला तर तो भेदनीय होतो, कारण त्याच्यावर लगेच विरोधी लहान मोहोरी हल्ला करून त्याला सळो की पळो करून सोडतात. हे जरी खरे असले तरी काळा जेव्हा संभाव्य धोका न जाणता अशा बाहेर पडलेल्या वजीरावर निरर्थक हल्ला करण्यास उद्युक्त होतो तेव्हा या डावात झाली तशी घोर निराशा त्याच्या पदरात पडते.

◎

डाव (सापळा) क्र. ७४

कॅटलॉनची सुरुवात

बक्सटन (१९५०)

पांढरी	**काळी**
वेइच्च	***पेन्सरोज***
१) डी ४,	**घो एफ ६**
२) सी ४,	**ई ६**
३) घो एफ ३	**डी ५;**
४) जी ३,	**...**

येथे जर जुन्या जमान्यातील ४ उं जी ५ किंवा ४ घो सी ३ अशा चाली केल्या तर डावाचे रूपांतर वजीराच्या आमिषात होते.

४) ..., **डी × सी ४**

५) घो बी डी २, **सी ५**

आता पांढऱ्याने नुसती ६ घो × सी ४ ही चाल करून डावाला उत्कृष्ट चालना द्यावी. उदा. – जर ६... सी × डी ४ मग पांढरा ७ व × डी ४ ही चाल करून भरीव डाववाढ करून पुढावाही मिळवू शकतो. उदा. तो मधल्या लांब कर्णावर, त्याचा रा उंट-जी २ या घरात आणून दबाब वाढवू शकतो.

६) डी × सी ५, **उं × सी ५**

पांढऱ्याने त्याच्या डाववाढीकडे दुर्लक्ष करून उलट काळ्या रा उंटाला मात्र प्रभावशाली कर्णावर येण्याची मुभा दिली. सद्य:स्थितीत पांढऱ्याने आता ७ व ए ४ शह आणि पुढे ८ व × सी ४ अशा चाली करणे श्रेयस्कर ठरेल.

७) उं जी २?? **...** **(क)**

आकृती क्र. ७४ पाहा.

डाव (सापळा) क्र. ७४ वरील प्रश्नांची उत्तरे

उत्तर क : पांढऱ्याने डाववाढीच्या दृष्टीने ही चाल केली खरी, परंतु त्यातूनच त्याच्यावर आपत्ती कोसळणार आहे, अशी शंकासुद्धा कोणाला येणार नाही.

आकृती क्र. ७४

उत्तर क्र. २ : काळ्याने पुढीलप्रमाणे बलिदानी चाली करून पांढऱ्याला सक्तीने राजीनामा देण्यास भाग पाडले. उदा.

७) ..., **उं × एफ २ शह!**

हा जणू वज्राघातच आहे. आता पांढऱ्याने जर उंट न मारता रा एफ १, ही खेळी केल्यास काळा अचानक विस्मयकारक रीतीने घोडा फेकतो. ८..., घो जी ४! आणि पुढे ९..., घो ई ३ द्विघाती शह देऊन पां. वजीर गारद करतो. अशा जीव घेणाऱ्या चाली टाळण्यासाठी त्याने जर ९ व ए ४ शह, मग काळा ९..., उं डी ७, १० व × सी ४, घो ई ३ द्विघाती शहाने पांढरा वजीर मारतो. याहून गमतीदार चाली बदल म्हणजे जर ९ व ए ४ शह, उं डी ७, १० व ए ३, घो ए ६, ११ घो × सी ४, उं बी ५ ने मग काळा जिंकतो.

८) रा × एफ २, **घो जी ४ शह**

९) रा ई १, **...**

याहून मजेदार पर्यायी चाली म्हणजे पांढऱ्याने ९ रा एफ १, घो ई ३ द्विघाती शहाने पां. वजीर मारतो. किंवा जर ९ रा जी १, व बी ६ शह देऊन अंती काळा सहज मात करतो.

९) ..., **घो ई ३**

१०) पांढरा राजीनामा देतो.

कारण पांढरा त्याचा वजीर वाचवू शकत नाही. उदा. त्याने जर १० व ए ४ शह, उं डी ७! आता जर ११ व बी ४ किंवा ११ व ए ३ मग काळा ११..., घो सी २ द्विघाती हल्ला करून पांढरा वजीर मारतो आणि शेवटी डाव सहज जिंकतो. या डावातील काळ्या मोहोऱ्यांचा सुसंघटित हल्ला नेत्रदीपक आहे.

◎

डाव (सापळा) क्र. ७५

इंग्लिश सुरुवात

लंडन (१९३९)

पांढरी	काळी
एस्प्लो	*ॲण्डरसन*
१) सी ४,	ई ५
२) घो सी ३,	घो सी ६
३) जी ३,	घो एफ ६
४) उं जी २	उं बी ४
५) ई ३	...,

पांढऱ्याला रा. उंटाच्या कर्णमार्गात अडथळा नसावा तसेच त्याच्या रा. घोड्यासाठी ई २ चे घर तो मोकळे करतो परंतु यामुळे तो त्याची पांढरी घरे मात्र कमकुवत करतो, तरीही, जोपर्यंत त्याचा रा उंट पटावर आहे तोपर्यंत फारशी बाधा येणार नाही.

५) ..., **डी ६**

६) घो जी ई २, **उं जी ४**

७) व बी ३, **...**

पांढरा उं × सी ६ शह देऊन एक मोहोर घेण्याची दहशत देतो.

७) ..., **ह ए बी ८**

उपरिनिर्दिष्ट दहशतीवर, काळा तोडगा काढतो आणि जर ८ उं × सी ६ शह, बी × सी ६ चाल करून तो त्याच्या बी ४ मधील रा उंटाचा बचाव करतो.

८) घो डी ५ — उं सी ५

९) घो × एफ ६ शह, — व × एफ ६ (क)

आकृती क्र. ७५ पाहा.

डाव (सापळा) क्र. ७५ वरील प्रश्नांची उत्तरे

उत्तर क : ही खेळी करून काळा अपवादात्मक गुंतागुंतीचा सापळा टाकतो.

उत्तर क्र. २ : काळ्याने तर्क केल्याप्रमाणे पांढरा खेळ्या करतो. काळा त्याचा समयोचित समाचार घेऊन शेवटी डाव जिंकतो. उदा.

१०) उं × सी ६ शह,

बी × सी ६

११) व × बी ८ शह, ...

पांढऱ्या वजीराला आवरत नाही मोह! तो हत्तींना मारता मारता कोपऱ्यात निष्क्रिय होऊन पडतो, मोहाच्या डोहात!!

११) ..., रा डी ७,

१२) व × एच ८, ...

(पांढऱ्याने या १२ व × एच ८ च्या चालीऐवजी त्याने वजीर डी १ मध्ये माघारी आणण्यासाठी जर १२ व बी ३ ची चाल केली तरीही काळा आधी योजना आखल्याप्रमाणे त्याची विजिगिषू मोहीम सुरू करतो.)

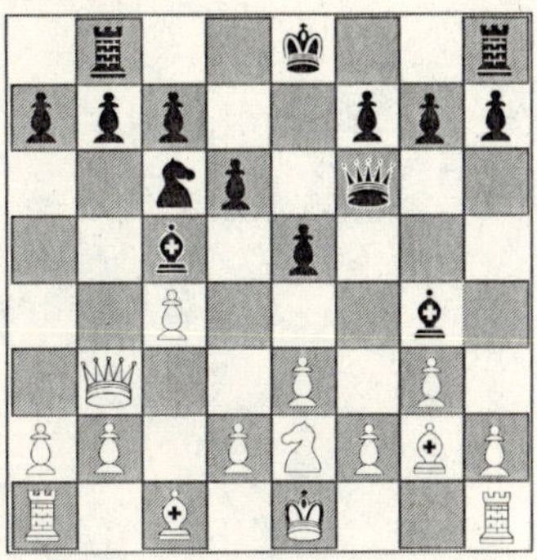

आकृती क्र. ७५

१२) ..., व एफ ३!

(ही चाल करून काळा १३..., व × ई २ मातची धमकी देतो तसेच तो १३..., व × एच १ शह देऊन पुढे सहज मात करतो, तेव्हा पांढऱ्या कर्ण घरातून वावरणाऱ्या उंटाची उणीव पांढऱ्याला किती तीव्रतेने भासते ह्याची प्रचीती येते.)

११) रा डी १, ...

(आता जर पां. ने १३ ०-०, ही किंवा १३ रा एफ १ ची चाल केली तरीही काळा सक्तीने मात करतो. उदा. १३ ०-०, उं एच ३, १४ रा एच १ व पुढे १४..., व जी २ मात किंवा जर १३ रा एफ १, व × ई २ शह, १४ रा जी १, उं एच ३ व पुढे मात करतो.)

१३) ..., व × ई २ शह

१४) रा सी २,	व × सी ४ शह
१५) रा बी १,	व डी ३ मात

पूर्वनियोजित केलेल्या ७..., ह ए बी ८! या चालीमुळेच, काळ्याला अशी नेत्रदीपक मात करता आली.

◎

डाव (सापळा) क्र. ७६

रशियन चॅम्पियनशिप

(१९७६)

पांढरी	काळी
कोचिएव	*इव्हॅनोव्ह*
१) घो एफ ३,	घो एफ ६
२) जी ३,	बी ६;
३) उं जी २,	उं बी ७
४) ०-०,	ई ६
५) डी ३,	डी ५
६) घो बी डी २,	उं ई ७
७) ई ४,	डी × ई ४
८) डी × ई ४,	घो × ई ४

आकृती क्र. ७६

डाव (सापळा) क्र. ७६ वरील प्रश्नांचे उत्तर

(आकृती क्र. ७६ पाहा.)

उत्तर क्र. १ : काळ्याचा फायदा तर होत नाही. परंतु, डाव हरण्याइतका तोटा मात्र होतो. कारण, संभाव्य संकटाची चाहूल न घेता, त्याने केलेल्या शिरजोरीमुळे पांढरा समयोचित चाली करून डाव जिंकतो. उदा.

९) घो ई ५! **काळा राजीनामा देतो.**

कारण जर ९..., घो डी ६ १० उं × बी ७, घो × बी ७, ११ व एफ ३ ची चाल करून... पांढरा बी ७ मधील घोड्याला गारद करण्याची दहशत देऊन, व × एफ ७ मातची निर्णायक धमकी देऊन सहज मात करतो.

◎

डाव (सापळा) क्र. ७७

वजीराच्या आमिषाचा स्वीकार

पर्म (१९७७)

पांढरी	काळी
एलिझरोव्ह	*बलॅकिरोव्ह*
१) डी ४,	**डी ५,**
२) सी ४,	**डी × सी ४,**
३) ई ४,	**...,**

(पांढऱ्याने केंद्रावर पकड मिळविली आहे, तेव्हा परिस्थिती गंभीर होऊ नये म्हणून काळ्याने समयोचित चाली करणे हितकारक ठरेल.)

३) ...,	**ई ५,**
४) घो एफ ३,	**...,**

(येथे ४ डी × ई ५ चाल करून काही मिळत नाही कारण मग ४..., व × डी १ शह, ५ रा × डी १, एफ ६ मग काळ्याला अनुकूल असा डाव मिळविता येतो.)

४) ...,	**ई × डी ४**
५) उं × सी ४,	**उं बी ४ शह**
६) घो बी डी २,	**घो सी ६**
७) ०-०,	**व ई ७;**
८) ए ३,	**उं × डी २**

(उंटाला याहून चांगले स्थान मिळत नाही असे दिसते उदा. जर ८..., उं डी ६ मग ९ ई ५ किंवा जर ८ उं सी ५, ९ घो बी ३, उं जी ४ १० उं जी ५, ११ व सी २, व ई ७;

९) उं × डी २,	**उं ई ६?**

(गतिवाढ गमविणारी चाल आहे.)

१०) उं बी ५,	**उं डी ७**

(येथे जर १०..., व डी ६ मग ११ उं बी ४)

११) उं × सी ६, उं × सी ६

१२) घो × डी ४, उं डी ७

(येथे १२..., उं × ई ४ चूक ठरते कारण, मग १३ ह ई १, ०-०-० १४ व ए ४ ने काळ्याला सततच्या दडपणाला तोंड द्यावे लागते.)

१३) ह सी १, व डी ६

१४) उं बी ४, व बी ६

१५) घो एफ ५, (क) ...,

डाव (सापळा) क्र. ७७ वरील प्रश्नांची उत्तरे (आकृती क्र. ७७ पाहा.)

उत्तर क : काळ्याची स्थिती बचावाच्या दृष्टीने अनुकंपनीय झाली आहे, कारण जर १५..., ०-०-० १६ घो डी ६ शह देऊन, पुढे घो × एफ ७ ही पांढऱ्याची चाल निर्णायक ठरते.

१५) ..., जी ६,

१६) घो जी ७ शह, रा डी ८

१७) व डी ५, ए ५,

१८) व × एफ ७, व एफ ६,

१९) घो ई ६ शह, व × ई ६

(येथे जर १९..., उं × ई ६ मग २० ह सी १ डी १ शह, देऊन त्वरित मात करता येते.)

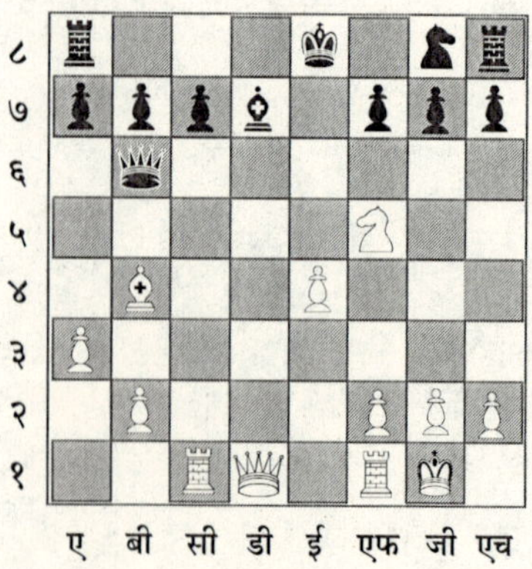

आकृती क्र. ७७

२०) व × ई ६,
उं × ई ६

२१) उं सी ३,
काळा राजीनामा देतो.

कारण, भरघोस वस्तुनिष्ठ लाभ आणि स्थितिवाचक लाभ मिळवून पांढरा सहज मात करतो.

◎

आधार ग्रंथ

Name of the book	Author
1) Chess is an easy game 2) Chess in nutshell 3) Improving your chess	By Fred Reinfield
4) Chess : a way to learn	By. W. Ritson Morry & W. Melville Mitchel
5) Chess openings 6) New Traps in chess openings	By J. A. Horowitz
7) An Invitation to chess	By Irving Chernev and Keneth Hrkhness
8) Logical Chess move by move 9) Practical chess endings 10) The most instructive games of chess ever played	By Irving Chernev
11) A guide to chess openings	By Barden Loonard
12) Your Book of chess 13) Discovering chess	By Raymond Bott and Stanley Morrison
14) Chess tactics for beginners	By R. G. Wade
15) History of chess	By R. J. R. Murray

16) Fisher V Spasky (The World chess championship match – 1972)	By Svetozar Gilgoric
17) Basic Chess Endings	By Reuben Fine
18) The Complete Book of Chess	By J. A. Horowstz and P. L. Rothenberg
19) Great Short Games of the Chess Masters 20) Chess Positions	By C.H.O.D. Alexander

२१) बुद्धिबळे २२) बुद्धिबळाचा ओनामा – चतुर्थ सुधारित आवृत्ती २३) बुद्धिबळातील पेचप्रसंग २४) चतुरंग बुद्धिबळातील सापळे – द्वितीय सुधारित आवृत्ती २५) चढाईची चमक व कसब दाखविणारे वेधक डावपेच २६) सुसंघटित मारा – द्वितीय सुधारित आवृत्ती २७) बुद्धिबळ शिका – द्वितीय सुधारित आवृत्ती २८) बुद्धिबळाचा श्रीगणेशा	ना. रा. वडनप

◎